പൗരത്വവും പൗരത്വനിയമവും

paurathwavum paurathwaniyamavumn

•

shijukhan

•

first edition
january 2020

•

second impression
march 2020

•

typesetting & published
chintha publishers, thiruvananthapuram

•

printed
repro india ltd, mumbai

•

cover
vinod mangoes

•

price
rupees ninety only

Distribution

DESHABHIMANI BOOK HOUSE

H O Thiruvananthapuram 695035
phone: 0471-2303026, 6063026
Email: chinthapublishers@gmail.com
Website: www.chinthapublishers.com

Branch

Head Office Kunnukuzhi • Statue Thiruvananthapuram • KSRTC Bus Station Alappuzha • KSRTC Bus Station Ernakulam • Machingal Lane Thrissur • IG Road Kozhikode • Mavoor Road Kozhikode • NGO Union Building Kannur • Central Bus Terminal Complex Thavakkara Kannur

CO - 2903 / 5196
ISBN - 978-93-89410-62-4

പൗരത്വവും പൗരത്വനിയമവും

ഷിജുഖാൻ

ചിന്ത പബ്ലിഷേഴ്സ്
തിരുവനന്തപുരം-695 035
വില : ₹ 90

ഷിജുഖാൻ

നെടുമങ്ങാട് താലൂക്കിലെ പത്താംകല്ല് കണിയാംകടവിൽ ജനിച്ചു. അടിയന്തരാവസ്ഥ സമരഭടനായിരുന്ന അന്തരിച്ച പേട്ട ജഹാന്റെയും എഫ് സൈദാബീവിയുടെയും മകൻ. നെടുമങ്ങാട് ഗവ: കോളേജിൽനിന്ന് ചരിത്രത്തിൽ ബിരുദം, യൂണിവേഴ്സിറ്റി കോളേജിൽനിന്ന് മലയാളഭാഷ യിലും സാഹിത്യത്തിലും ബിരുദാനന്തര ബിരുദം, തിരുവനന്തപുരം പ്രസ് ക്ലബ്ബിൽ നിന്ന് ജേർണലിസത്തിൽ ബിരുദാനന്തര ഡിപ്ലോമ, യു ജി സി നെറ്റ് എന്നിവ കരസ്ഥമാക്കി. കേരള സർവ്വകലാശാലയിൽ ഗവേഷകൻ. ഡി വൈ എഫ് ഐ സംസ്ഥാന സെക്രട്ടേറിയറ്റ് അംഗം.

പുസ്തകങ്ങൾ: *ജനകീയവിദ്യാഭ്യാസം ഒരു വിദ്യാർത്ഥിപക്ഷ ഇട പെടൽ* (ലേഖന സമാഹാരം), *നിരോധനങ്ങളുടെ റിപ്പബ്ലിക്* (ലേഖന സമാഹാരം), *കുട്ടികളുടെ അവകാശങ്ങൾ ഒരു സത്യവാങ്മൂലം* (ലേഖന സമാഹാരം), *താലിബാൻ മുദ്രകൾ വിചാരണ ചെയ്യപ്പെടുന്നു* (എഡിറ്റർ, ലേഖന സമാഹാരം), *ഗുട്ടൻ മോർഗൻ* (യാത്രാവിവരണം), *നിലാവ്* (കവി തകൾ), *മാലേഗാവിലെ കൂട്ടുകാരൻ* (കവിതകൾ)

എസ് എഫ് ഐ സംസ്ഥാന പ്രസിഡന്റ്, അഖിലേന്ത്യാ വൈസ് പ്രസിഡന്റ്, കേരളസർവ്വകലാശാല സിന്റിക്കേറ്റ് മെമ്പർ എന്നീ നിലക ളിൽ പ്രവർത്തിച്ചു. സി പി ഐ (എം) നെടുമങ്ങാട് ഏരിയ കമ്മിറ്റി അംഗ മാണ്. ജർമ്മനിയിൽ നടന്ന അന്താരാഷ്ട്ര സാംസ്കാരിക വിനിമയ പരി പാടിയിലും ബംഗ്ലാദേശിൽ ചേർന്ന രാജ്യാന്തര ചരിത്ര പൈതൃക സമ്മേ ളനത്തിലും പങ്കെടുത്തു. മികച്ച ലേഖനത്തിനുള്ള കാസർഗോഡ് തുളു നാട് പുരസ്കാരം, മികച്ച യാത്ര വിവരണത്തിനുള്ള തിരുവനന്തപുരം വിതുരോദായം പുരസ്കാരം എന്നിവ ലഭിച്ചു.

ജീവിത പങ്കാളി : സിബി എൻ
മകൻ : ആഷിൻ ഗസൽ
സഹോദരങ്ങൾ : ഷഫീഖ് (ജീവിച്ചിരിപ്പില്ല), ഷീജ സമീർ
വിലാസം : ഷിജു മൻസിൽ, പത്താംകല്ല്,
മഞ്ച തപാൽ, നെടുമങ്ങാട്.
പിൻ : 695541
മൊബൈൽ : 09446326095
email : shijukhanpathamkallu@ gmail.com
face book : http://www.facebook.com/
shijukhan.pathamkallu

ഉള്ളടക്കം

പ്രസാധകക്കുറിപ്പ്

പൗരത്വ നിയമത്തിൽ കേന്ദ്രസർക്കാർ കൊണ്ടുവന്ന ഭേദ ഗതി ഭരണഘടനാ തത്ത്വങ്ങൾക്കെതിരാണെന്ന വിമർശനം ഉയർന്നുവന്നിരിക്കുന്നു. പൗരത്വ നിർണ്ണയത്തിന് മതം ഒരു പരിഗണനാവിഷയം ആക്കുക വഴി ഭരണകൂടം മതനിരപേ ക്ഷമായിരിക്കണം എന്ന തത്ത്വം അട്ടിമറിക്കപ്പെട്ടു. പൗരത്വ നിയമഭേദഗതി കേവലം ഒരു നിയമ ഭേദഗതിയല്ല. അതിന് പ്രത്യയശാസ്ത്രപരമായ മാനങ്ങളുണ്ട്. ഹിന്ദുത്വ ആശയ ങ്ങളുടെ പ്രയോഗമാണത്. ഇന്ത്യയെ മതാധിഷ്ഠിത രാഷ്ട്ര മാക്കാനുള്ള നീക്കം. പൗരത്വ നിയമഭേദഗതിയുടെ ആഴവും പരപ്പും പ്രത്യാഘാതങ്ങളും സമൂഹത്തിൽ ചർച്ചാവിഷയ മായി വരുമ്പോൾ അക്കാര്യത്തിൽ ആശയ വ്യക്തത വരു ത്താൻ ഉതകുന്ന പുസ്തകമാണിത്. ഭരണഘടനാതത്ത്വ ങ്ങളിൽ ഊന്നി നിന്നുകൊണ്ട് പൗരത്വനിയമഭേദഗതിയെ വിശകലനം ചെയ്യുകയാണ് ഷിജുഖാൻ ഈ പുസ്തക ത്തിൽ.

ചിന്ത പബ്ലിഷേഴ്സ്

ഭ്രഷ്ടന്റെ കൊടി എന്തുകൊണ്ടുണ്ടാക്കും?
മൃദംഗം പോലെ മുഴങ്ങുന്ന കാളത്തോൽ കൊണ്ട്.
ഭ്രഷ്ടന്റെ കൊടിയുടെ നിറമെന്തായിരിക്കും?
കീഴടങ്ങാത്ത അനന്തതയുടെ നീലനിറം.
ഭ്രഷ്ടന്റെ കൊടിയിലെ ചിഹ്നമെന്തായിരിക്കും?
അതിരുകളില്ലാതെ തിളങ്ങുന്ന പുലരിനക്ഷത്രം.
ഭ്രഷ്ടന്റെ കൊടിയുടെ കിളരമെന്തായിരിക്കും?
മതിലുകളെയും മുൾവേലികളെയുംകാൾ കിളരം.

ഭ്രഷ്ടന്റെ ഭാഷ എന്തായിരിക്കും?
എങ്ങും കടന്നു ചെല്ലുന്ന കാറ്റിന്റെ ഭാഷ.
ഭ്രഷ്ടന്റെ പേരെന്തായിരിക്കും?
പേരില്ലാത്തവരുടെയെല്ലാം പേര്.
ഭ്രഷ്ടന്റെ മതമെന്തായിരിക്കും
യഹൂദൻ? അഹമ്മദീയ? രോഹിൻഗ്യൻ?
ഷിയാ? സുന്നി? ഉയീഗർ?
 കാക്കകളുടെയും കാഞ്ഞിരത്തിന്റെയും മതം.

ഭ്രഷ്ടന്റെ നാട് ഫലസ്തീൻ? കശ്മീർ? ശ്രീലങ്ക?
മ്യാന്മാർ? ഇന്ത്യ? പാകിസ്ഥാൻ? ഇറാൻ? ഇറാഖ്?
സെർബിയ? റഷ്യ? അമേരിക്ക? ചൈന?
ഇനിയും പിറക്കാത്ത മനുഷ്യരുടെ നാട്.

ഭ്രഷ്ടന്റെ വീട്?
കുടിച്ചാൽ തീരാത്ത വിഷം
ഓടിയാൽ തീരാത്ത ദൂരം
കയറിയാൽ എത്താത്ത മലയുടെ ഉയരം
വെടിയേറ്റ നെഞ്ചിലെ നിലയ്ക്കാത്ത ചോര
വീട് വിട്ടവന്റെ അവസാനിക്കാത്ത ധ്യാനം.

മരണം. മരണം. മരണം

ജീവിതത്തിലേക്ക് തിരകൾ മുറിച്ചു
കിതച്ചു കിതച്ചു നീന്തുന്ന
മരണം.

(സച്ചിദാനന്ദൻ)

ഇന്ത്യൻ ജനത പൗരത്വഭീതിയിൽ

ജി പി രാമചന്ദ്രൻ

പൗരത്വം എന്ന വാക്ക് ഇന്നലെവരെ അഭിമാനത്തോടെയാണ് നാം സ്വീകരിച്ചിരുന്നത്. എന്നാൽ ഇപ്പോഴത് ഒരു ഭീഷണിയുടെ വാഹനമായി മാറിയിരിക്കുന്നു. പൗരത്വഭേദഗതി നിയമം, ദേശീയ പൗരത്വരജിസ്റ്റർ, ദേശീയ ജനസംഖ്യ രജിസ്റ്റർ എന്നീ സാങ്കേതിക പദമിശ്രിതങ്ങൾ കേട്ടാൽ തന്നെ ഇന്ത്യയിലെ സാമാന്യ ജനത ഉറക്കവും സ്വാസ്ഥ്യവും നഷ്ടപ്പെട്ട് മുച്ചൂടും അസ്വസ്ഥരാകുന്ന സ്ഥിതിയാണ് നിലവിൽ വന്നിരിക്കുന്നത്. നോട്ട് നിരോധനത്തിനു ശേഷം, രാജ്യത്തും പുറത്തുമുള്ള മുഴുവൻ പൗരന്മാരിലേക്കും ഒറ്റയടിക്ക് എത്താവുന്ന ഇതിലും ഫലപ്രദമായ ഒരു തീരുമാനം ഉണ്ടായിട്ടില്ല. രാജ്യം ഒരാഭ്യന്തരയുദ്ധത്തിലേക്ക് നീങ്ങുമോ എന്ന ആശങ്ക പോലും വ്യാപകമായി നിലനില്ക്കുന്നുണ്ട്. കേരളം പോലെ ഏറെ പ്രബുദ്ധമായ രാഷ്ട്രീയസമൂഹത്തിൽ പോലും ജനങ്ങളുടെ ഐക്യത്തെ തുരങ്കം വെക്കുന്ന ഫാസിസ്റ്റേജന്റുമാർ പ്രവർത്തിക്കുന്നത് കാണാതിരുന്നുകൂടാ. ഈ പശ്ചാത്തലത്തിൽ, നാം എത്തിനില്ക്കുന്ന ചരിത്ര സന്ദർഭത്തിന്റെ കൃത്യവും വ്യക്തവുമായ പശ്ചാത്തലവും അതിന്റെ ഗതിവിഗതികളും ലളിതമായ ഭാഷയിൽ വിശദീകരിക്കുന്ന ഷിജുഖാന്റെ ഈ ലഘുപുസ്തകം തികച്ചും പ്രയോജനപ്രദമാണ്.

സിനിമകളാണ് സത്യത്തിൽ; പൗരത്വം, തിരിച്ചറിയൽകാർഡ്, സർ വൈലൻസ്, സമഗ്രാധികാരം തുടങ്ങിയ പരികല്പനകളെക്കുറിച്ചും അവ സ്ഥകളെക്കുറിച്ചും അവയെ അഭിമുഖീകരിക്കേണ്ടിവരുന്നതിന്റെ ഉൾക്ക ണ്ടകളെക്കുറിച്ചും അനിശ്ചിതത്വങ്ങളെക്കുറിച്ചും തുടക്കത്തിലും പിന്നീട് നിരന്തരവുംഎന്നെ ബോദ്ധ്യപ്പെടുത്തിക്കൊണ്ടിരുന്നത്. (അതുകൊ ണ്ടാണോ എന്നറിയില്ല, രാജ്യത്ത് നിത്യേന സംഭവിക്കുന്ന അതിഭീതിദ മായ കാര്യങ്ങൾ കാണുമ്പോൾ അമിതമായ അമ്പരപ്പൊന്നും തോന്നാ ത്തതും). രണ്ടാം ലോകയുദ്ധാനന്തരമുള്ള യൂറോപ്യൻ അവസ്ഥകളും പിന്നീട് ഈസ്റ്റേൺ ബ്ലോക്കിലെ സോഷ്യലിസ്റ്റ് തകർച്ചകൾക്കുശേഷമുള്ള

ഛിദ്രീകരണങ്ങളും പൗരത്വ-സ്വത്വവേവലാതികളിലേക്ക് യൂറോപ്യൻ മനു ഷ്യരെ എടുത്തെറിഞ്ഞത് നാം സിനിമകളിലൂടെ അപ്പപ്പോൾ അനുഭ വിച്ചു. ബർഗ്മാന്റെ മൗന (സൈലൻസ്) ത്തിൽ തിരിച്ചറിയപ്പെടാത്ത രാഷ്ട്രത്തിലും നഗരത്തിലും പരസ്പരം മനസ്സിലാവാത്ത ഭാഷയിൽ സംസാരിക്കേണ്ടിവരുന്ന കഥാപാത്രങ്ങളെ കണ്ടുമുട്ടാൻ കഴിഞ്ഞു. യാങ്ചോയുടെ *യേശുക്രിസ്തുവിന്റെ ജാതകം* എന്ന സിനിമയിൽ, യേശു ക്രിസ്തുവിന്റെ പേരിലെന്നതു പോലെ, കാൾമാർക്സിന്റെ പേരിലും ഐ ഡി (തിരിച്ചറിയൽകാർഡ്) ഇഷ്യൂചെയ്തതായി റെക്കോഡില്ലെന്ന സംഭാ ഷണം കേട്ടപ്പോൾ ചിരിയോടൊപ്പം മനസ്സിനുള്ളിൽ ഒരാന്തലും അനുഭ വപ്പെട്ടു. കശ്മീരിലെ അനാഥരായ അമ്മമാരെക്കുറിച്ചുള്ള ഡോക്യുഫി ക്ഷനിൽ, എല്ലാ ദിവസവും കടന്നു പോകുന്ന ചെക്ക് പോസ്റ്റുകളിൽ ഒരേ സൈനികോദ്യോഗസ്ഥൻ സ്ഥിരം യാത്രക്കാരിയോട് (അവരാണ് നായിക) എന്നും ഐഡി നോക്കി പരിശോധിച്ച് കടത്തിവിടുന്നതും കഴിഞ്ഞ വർഷമാണ് കണ്ടത്. അതേ ഉദ്യോഗസ്ഥൻ തന്നെയാണ് ഈ രേഖവെച്ച് ഇനി നിങ്ങളെ ഇതിലെ ജോലിക്കു പോകാൻ അനുവദിക്കാ നാവില്ലെന്നു പറയുന്നതും. പിന്നീട് കഥ മാറിമറിയുകയാണ്.

മലയാളി ചലച്ചിത്രപ്രവർത്തകരായ റസൂൽ പൂക്കുട്ടി, രാജീവ്‌രവി, മധു നീലകണ്ഠൻ, സുനിൽ ബാബു, ബി അജിത്കുമാർ എന്നിവർ ചേർന്ന് നിർമ്മിച്ചതും കമൽ കെ എം സംവിധാനം ചെയ്തതുമായ *ഐഡി* എന്ന ഹിന്ദി-ഇംഗ്ലീഷ്സിനിമയിൽ (2012) ഇന്ത്യക്കകത്ത് വിശേഷിച്ച് മുംബൈ യിൽ ഇതരസംസ്ഥാനക്കാർ അഭിമുഖീകരിക്കുന്ന സ്വത്വ-പൗരത്വ പ്രതി സന്ധിയാണ് വിശദീകരിക്കുന്നത്.

എന്നാൽ, പൗരത്വ ഭേദഗതിക്കായുള്ള പുതിയ നിയമത്തിന്റെയും ദേശീയ പൗരത്വരജിസ്റ്ററിന്റെയും തടങ്കൽപ്പാളയ നിർമ്മാണത്തിന്റെയും വാർത്തകൾ നിറഞ്ഞ കാലത്ത് ഓർമ്മയിലേക്കും കാഴ്ചയിലേക്കും തള്ളി ത്തള്ളിക്കയറിവരുന്ന ചിത്രം മറ്റൊന്നുമല്ല. അലൻ റെനെയുടെ *നൈറ്റ് ആന്റ് ഫോഗ്* തന്നെ. കുറ്റത്തിന്റെ വ്യാപനം, പരീക്ഷണം, സ്ഥാപനവല്ക്ക രണം എന്നിങ്ങനെ നാസികാലഘട്ടം വിവരണാതീതമായ അനുഭവ ങ്ങളാണ് മനുഷ്യരാശിക്കുമേൽ അടിച്ചേല്പിച്ചത്. ജൂതന്മാർ, ജിപ്സികൾ, കറുത്തവർഗ്ഗക്കാർ, മാനസികരോഗികൾ, വൃദ്ധർ, ബുദ്ധിമാന്ദ്യം സംഭവി ച്ചവർഎന്നിങ്ങനെ (പ്രയോജനരഹിതരും ശുദ്ധി കുറഞ്ഞതരം രക്തമു ള്ളവരും എന്ന് ഹിറ്റ്‌ലറാൽ വിശേഷിപ്പിക്കപ്പെട്ടവർ) വംശങ്ങളെ തിരഞ്ഞു പിടിച്ച് ഉന്മൂലനം നടത്തുന്നതിനുള്ള പദ്ധതികളും പ്രക്രിയകളും ആരം ഭിക്കുന്നതിനും മുമ്പ് യുദ്ധത്തടവുകാരെ കൂട്ടക്കൊല നടത്തുന്നതിനുള്ള ഒരു നിർദ്ദേശം ഹിറ്റ്‌ലർ നല്കുകയുണ്ടായി. ഇതനുസരിച്ച് 1941 ഡിസം ബർ 7-ാം തീയതി ജർമ്മൻ സായുധസേനാത്തലവൻ വില്യംകീറ്റൽ ഒപ്പി ടുകയും നടപ്പിലാക്കുകയും ചെയ്ത ഉത്തരവു പ്രകാരം അധിനിവേശപ്ര ദേശങ്ങളിലെ ലക്ഷക്കണക്കിന് രാഷ്ട്രീയപ്രവർത്തകർ കൊല്ലപ്പെടു കയോ കാണാതാകുകയോ ചെയ്തു. ഈ പ്രത്യേക ഉത്തരവിന്റെ പേരാ യിരുന്നു *നൈറ്റ് ആന്റ് ഫോഗ്* (നിശയും മൂടൽമഞ്ഞും - Nacht und Nebel).

കോൺസെൻട്രേഷൻ ക്യാമ്പുകളിൽ കൂട്ടംകൂട്ടമായി അടയ്ക്കപ്പെട്ട ഈ മനുഷ്യരേറ്റുവാങ്ങിയ പീഡനങ്ങളും ദുരിതവ്യഥകളും അതിക്രൂര മായ മരണവിധികളും ധനനാത്മകമായ അവതരണത്തിലൂടെ ഫ്രഞ്ച് ചലച്ചിത്രകാരനായ അലൻ റെനെ ശാശ്വതവല്ക്കരിച്ചു. 1955 ൽ പൂർത്തി യാക്കിയ *നൈറ്റ് ആന്റ് ഫോഗ്* എന്ന 32 മിനിറ്റ് മാത്രം ദൈർഘ്യമുള്ള അസാധാരണമായ സിനിമയെ മുഴുവൻ കാലത്തെയും മഹത്തായ സിനിമ എന്നാണ് ഫ്രാങ്കോ ത്രൂഫോ വിശേഷിപ്പിച്ചത്. വർണ്ണത്തിലും ബ്ലാക്ക് & വൈറ്റിലുമായുള്ള ഈ സിനിമ ഒരു കഥേതരചിത്രമാണെങ്കിലും ന്യൂസ്റീൽ സ്റ്റോക്കിനെ സവിശേഷമായി മാറ്റി ഉപയോഗിച്ചതിലൂടെ അത് ഒരു പ്രതി-ഡോക്കുമെന്ററി ആയി പരിണമിച്ചു. സാധാരണരീതിയിൽ ഒരു ഗോഡൗണോ ഫാക്ടറിയോ സ്കൂളോ ആണെന്നു തോന്നിപ്പിക്കുന്ന ഈ കെട്ടിടങ്ങൾ പണിതിരിക്കുന്നത് നിയതമായ ഒറ്റരീതിയിലല്ല. അത് സ്വിസ് രീതിയിലും ഗരാഷ്ട്രീതിയിലും ജാപ്പനീസ് രീതിയിലും മാതൃകാരഹിത രീതിയിലും ആണ്. അവയ്ക്ക് കോൺട്രാക്ടർമാരും ടെണ്ടറും കൈക്കൂലി പോലുംഉണ്ടായിരുന്നു. ഇതിനെ കൊലയുടെ ഗ്യാസ്ചേമ്പറായി അട യാളപ്പെടുത്തുന്നത് പുറത്തു നിന്നുള്ള ഒരുകാഴ്ചയുമല്ല. അതിന്റെ ഉൾ മച്ചിലെ (സീലിങ്) പാടുകളാണ്. അത് മനുഷ്യർ നഖംകൊണ്ട് കീറിപ്പ റിച്ചതിന്റെ പാടുകളാണ്; കോൺക്രീറ്റ് പോലും മാന്തിപ്പൊളിച്ചിരിക്കുന്നു!

തടവറയെന്നത് മറ്റൊരു ഗ്രഹംതന്നെയാണ്. അവിടെയുള്ള നിയമ ങ്ങളും അധികാര-വിധേയബന്ധങ്ങളും പുറംലോകവുമായിഅല്ലെങ്കിൽ ഭൂമിയിലേതുമായിതാരതമ്യപ്പെടുത്തിനോക്കിയിട്ടയാതൊരുകാര്യവുമില്ല. തടവുകാരുടെ തലമൊട്ടയടിച്ചും തൊലിപ്പുറമെ നമ്പറും മറ്റും കൊത്തി വെച്ചും അവരുടെ യൂണിഫോമുകളിൽ വ്യത്യസ്താകൃതിയിൽ വിഭാഗ ങ്ങൾ രേഖപ്പെടുത്തിവെച്ചും അവരെ മനുഷ്യൻ എന്ന പദവിയിൽ നിന്ന് താഴ്ത്തിക്കെട്ടുകയാണാദ്യം ചെയ്യുക. ഭക്ഷണവും സൂപ്പും വെള്ളവും തീരെകൊടുക്കാതിരിക്കുകയോ വളരെ കുറച്ച്കൊടുക്കുകയോചെയ്ത് തടവുകാരെ പട്ടിണിക്കോലങ്ങളാക്കി കൊല്ലാക്കൊലചെയ്യുന്നു. ഹാളിൽ നീണ്ടു കിടക്കുന്ന ഒറ്റസ്ലാബിൽ തൊട്ടുതൊട്ടുള്ള ദ്വാരങ്ങളാണ് തടവു കാരുടെ കൂട്ട കക്കൂസ്. അതിലൂടെ മലവും മിക്കപ്പോഴും രക്തവും വിസർ ജിച്ച് അവർ മനുഷ്യാവസ്ഥയെ മരണംവരെ വലിച്ചിഴച്ചു. തടവുകാരുടെ മേൽ പരീക്ഷണങ്ങൾ നടത്തുന്നതിൽ എസ് എസിന്റെ (S.S - Schutzstaffel. Nazi Secret Police) ഡോക്ടർമാരും നഴ്സുമാരും മരുന്നു കമ്പനിക്കാരും കൂട്ടുനിന്നു. അവരുടെ തൊലി ഫോസ്ഫറസ്കൊണ്ട് പൊള്ളിച്ചും മാംസം അടർത്തിയെടുത്തും ഷണ്ഡീകരിച്ചും അങ്ങിനെ അങ്ങനെ പലതരം പരീക്ഷണങ്ങൾ. ഓരോരുത്തരെയായി വെടിവെച്ച് കൊല്ലുന്നതിലെ 'അപ്രായോഗികത'യെതുടർന്ന് 1942 ൽ സിലിക്കോൺ വാതകം കയറ്റിവിട്ട് തടവുകാരെ കൂട്ടത്തോടെ ശ്വാസംമുട്ടിച്ച് കൊന്നൊ ടുക്കി. ശവശരീരങ്ങളെ ബുൾഡോസർകൊണ്ട് നീക്കംചെയ്യുന്നതിന്റെയും കൂട്ടമായി കത്തിക്കുന്നതിന്റെയും തടവുകാരുടെ കണ്ണടകൾ, ചെരിപ്പുകൾ, പഴ്സുകൾ, സ്ത്രീകളുടെ മുടി എന്നിവ കൂട്ടിയിട്ടതിന്റെയും ദൃശ്യങ്ങൾ

കണ്ടിട്ടും പില്ക്കാലത്ത് ജീവിച്ചിരിക്കുന്ന നമുക്ക് സമനില കൈവരിക്കാ നാവുന്നതെങ്ങനെയെന്നതാണ് അത്ഭുതം.

തീർച്ചയായും മറ്റൊരു സുപ്രധാന സിനിമകൂടി, കേരളത്തിന്റെയും ഇന്ത്യയുടെയും സാഹചര്യത്തിൽ മർമ്മപ്രാധാന്യം കൈവരിച്ച് നമ്മെ വേവലാതിപ്പെടുത്തുന്നുണ്ട്. പി ടി കുഞ്ഞു മുഹമ്മദ് സംവിധാനം ചെയ്ത *പരദേശി* എന്ന സിനിമയാണത്. അതിർത്തികളും അഭയാർത്ഥിത്വങ്ങളും പൗരത്വ കല്പനകളുംചേർന്ന് അസാധ്യവും സങ്കീർണവും ദുരിതമാ ത്രവും ആക്കിതീർത്ത കുറെ മനുഷ്യജീവിതങ്ങളുടെതീരാത്ത വേദനക ളാണ് *പരദേശി* എന്ന സിനിമയുടെ പ്രമേയം.

പൗരത്വം പ്രമേയമായ പുസ്തകത്തിൽ പരദേശിയുടെ വർത്തമാന കാല പ്രധാന്യം വിശദീകരിക്കുന്നു. പൗരത്വ നിയമഭേദഗതികൾ മുസ്ലിം വിഭാഗത്തെ എത്ര മാരകമായിട്ടാണ് ബാധിക്കുന്നത് എന്ന് ഷിജുഖാൻ സൂക്ഷ്മമായി പരിശോധിക്കുന്നു. പൗരത്വ രജിസ്റ്ററിന്റെ മറവിൽ ആസാമിൽ സംഭവിച്ചത് ഇന്ത്യയിലെമ്പാടും ആവർത്തിക്കാമെന്നദ്ദേഹം മുന്നറിയിപ്പു നല്കുന്നു. ആൾക്കൂട്ട കൊലപാതകങ്ങളും ഗോസംരക്ഷണ ത്തിന്റെ പേരിലുള്ള കടന്നാക്രമണങ്ങളും ന്യൂനപക്ഷത്തെയും ദളിതരെയും കൂടുതൽകൂടുതൽ അന്യവല്ക്കരിക്കുന്നു. പൗരത്വനിയമവും രജിസ്റ്ററും പാവപ്പെട്ടവരെ എങ്ങനെ ബാധിക്കുന്നു എന്ന് രേഖപ്പെടുത്തുന്ന ലേഖനവും ശ്രദ്ധേയമാണ്.

അഭയാർത്ഥിത്വം എന്ന ലോകയാഥാർത്ഥ്യം ഏതൊക്കെ രീതിയിൽ മനുഷ്യരാശിയെ അനിശ്ചിതത്വത്തിലാക്കി എന്ന് ഷിജുഖാൻ വിശദമാ ക്കുന്നു. മുത്തലാഖിന്റെ പേരിൽ മുസ്ലിംസമുദായക്കാരെ അനാവശ്യമായും അകാരണമായും കുറ്റവാളിവല്ക്കരിക്കുന്നു. വിചാരണത്തടവുകാരായി ജയിലിൽ കഴിയുന്ന മുസ്ലീം വിഭാഗക്കാരുടെ എണ്ണവും വലുതാണ്. ചുരു ക്കത്തിൽ എന്തുകൊണ്ട് മുസ്ലിം ടാർജറ്റ് ചെയ്യപ്പെടുന്നുവെന്നും അതെന്ന്, എപ്പോൾ, എവിടെയെന്നതെല്ലാം കൃത്യമായി വിവരിക്കുന്നു.

പൗരത്വ നിയമഭേദഗതിയും പുതിയ തീരുമാനങ്ങളും കേവലം മുസ്ലിങ്ങളെ മാത്രം ബാധിക്കുന്നതുമല്ല. പൗരത്വം തെളിയിക്കാനാകാതെ അലഞ്ഞുതിരിയുകയോ ഒളിവിൽ പോകുകയോ അദൃശ്യമാകുകയോ തടവിലാക്കപ്പെടുകയോ ചെയ്യുന്ന കോടിക്കണക്കിന് ആഭ്യന്തര അഭയാർത്ഥികൾ ഇന്ത്യയിലുണ്ടാകാൻ പോകുകയാണ്. മനുഷ്യാവകാശം നഷ്ടപ്പെടുന്ന ഇവരെ അടിമകളാക്കി കോർപ്പറേറ്റ് മുതലാളിമാർക്ക് ലാഭം കുന്നുകൂട്ടാമെന്ന ജിഗ്നേഷ്മേ വാനിയുടെ മുന്നറിയിപ്പും ശ്രദ്ധിക്കേണ്ട താണ്. ചുരുക്കത്തിൽ, സമത്വത്തിനും തുല്യതയ്ക്കും വേണ്ടികഴിഞ്ഞ നൂറ്റാണ്ടിൽ നാം നടത്തിയ എല്ലാ സമരങ്ങളെയും മുന്നേറ്റങ്ങളെയും ഒറ്റയടിക്ക് റദ്ദാക്കുന്ന നടപടിയാണ് ഭരണകൂടം കൈക്കൊണ്ടിരിക്കുന്നത്. ഇതിനെതിരായ വൻ ഐക്യസമരപ്രതിരോധം ഇനിയും ശക്തമാക്കേണ്ട തുണ്ട്. ആ സമരത്തിന് പ്രചോദനം നല്കാൻ ഷിജുഖാന്റെ ഈ പുസ് തകം സഹായകമാകും.

02.01.2020
പുതുച്ചേരി

രാഷ്ട്രവും പൗരത്വവും

പാർലമെന്റിലെ ഭൂരിപക്ഷമുപയോഗിച്ച് ജനവിരുദ്ധ നിയമങ്ങൾ നിർമ്മിക്കുന്നത് ജനാധിപത്യത്തിന്റെ മരണത്തിനിടയാക്കും. ഇന്ത്യൻ ജനാധിപത്യവും മതനിരപേക്ഷതയയും തമ്മിൽ അവിഭാജ്യബന്ധമുണ്ട്. ആയതിനാൽ ജനാധിപത്യത്തെ സ്വേച്ഛാപരമായ അധികാര പ്രയോഗമാ ക്കിയാൽ മതനിരപേക്ഷതയുടെ ഭാവി അപകടത്തിലാവും. പൗരത്വ ഭേദഗതി ബിൽ പാർലമെന്റ് പാസാക്കിയത് ആശങ്കാജനകമാണ്.

മതനിരപേക്ഷതയെ കഴുവേറ്റുന്ന ഇതുപോലൊരു നിയമനിർമ്മാണം മുമ്പ് കണ്ടിട്ടുണ്ടോ? ഇന്ത്യൻ പൗരത്വത്തിന് മതം പരിഗണിക്കുന്നത് ഭരണഘടനാവിരുദ്ധമാണ്. ഇത്രയും കാലം മതം പരിഗണിച്ച് പൗരത്വം നല്കിയിരുന്നില്ല. മതനിരപേക്ഷ രാഷ്ട്രം എന്നാൽ അവിടത്തെ പൗരത്വ ത്തിന് മതം ഒരു പരിഗണനാഘടകമേയല്ല എന്ന വിശാലമായ അർത്ഥം കൂടിയുണ്ട്. രാഷ്ട്രത്തിന് ഔദ്യോഗിക മതമില്ല. എക്സിക്യൂട്ടീവിനോ ലെജിസ്ലേച്ചറിനോ ജുഡീഷ്യറിക്കോ ഒരു മതത്തോടും പ്രത്യേക മമത യില്ല. പ്രീതിയോ ഭീതിയോ ഇല്ല; ഉണ്ടാവുകയുമരുത്. ഭരണകൂടം മത ത്തിൽനിന്ന് മുക്തമായിരിക്കണം. ഔദ്യോഗിക പൊതുമണ്ഡലങ്ങളിൽ ഒരി ടത്തും യാതൊരു വിവേചനവും ഇല്ലെന്ന് ഉറപ്പു വരുത്തുകയും വേണം. ഇതൊക്കെയാണ് മതനിരപേക്ഷതയെപ്പറ്റിയുള്ള സങ്കല്പം.

പൗരത്വ (ഭേദഗതി) നിയമം – 2019 ഭരണഘടനാ മൂല്യങ്ങളെ തിര സ്കരിച്ചിരിക്കുന്നു. മതനിരപേക്ഷ രാജ്യമായ ഇന്ത്യയിൽ മതവിവേചനം അടിച്ചേല്പിക്കുകയാണ് സംഘപരിവാർ. 2014 ഡിസംബർ 31 ന് മുമ്പ് അഫ്ഗാനിസ്ഥാൻ, ബംഗ്ലാദേശ്, പാകിസ്ഥാൻ എന്നിവിടങ്ങളിൽനിന്ന് ഇന്ത്യയിൽ കുടിയേറിയ ഹിന്ദു, ക്രിസ്ത്യൻ, സിഖ്, ജൈന, പാഴ്സി, ബുദ്ധ വിഭാഗങ്ങൾക്ക് പൗരത്വം നല്കും; മുസ്ലീങ്ങൾക്ക് പൗരത്വം

നല്കില്ല - ഇതാണ് പുതിയ നിയമ ഭേദഗതിയുടെ സംഗ്രഹം. ഭരണഘടനയിലെ അനുച്ഛേദം 14 പ്രകാരം തുല്യതയ്ക്കുള്ള അവകാശം എല്ലാവർക്കും ഒരുപോലെയാണ്. സ്വദേശിക്കും വിദേശിക്കും ഒരുപോലെ ഇത് ബാധകം. ഒരു വിദേശിയെ പൗരത്വത്തിന് പരിഗണിക്കുമ്പോൾ ഭരണഘടന പ്രകാരവും 1955 ലെ പൗരത്വ നിയമപ്രകാരമുള്ള വ്യവസ്ഥ കളുമാണ് പാലിക്കേണ്ടത്. അതിലൊരിടത്തും മുസ്ലീം വിഭാഗത്തിൽ പെട്ടവരോട് പ്രത്യേക വിവേചനമുണ്ടായിരുന്നില്ല. ഒരു വിദേശി – അയാൾ ആരായാലും, പൗരത്വത്തിന് അപേക്ഷിച്ചാൽ വ്യവസ്ഥകൾ പാലിച്ചു മാത്രം അത് നല്കുകയാണ്. നിയമപരമായി പൗരത്വത്തിന് അയോ ഗ്യനായ ഒരാൾക്ക് അത് ലഭിക്കുകയുമില്ല. അയോഗ്യത എന്നാൽ വ്യവ സ്ഥകൾ പ്രകാരമുള്ള അയോഗ്യതയാണ്. അതിലൊരിടത്തും 'മുസ്ലിം' എന്നത് ഒരു അയോഗ്യത ആയിരുന്നില്ല. പക്ഷേ, ഭേദഗതി പ്രകാരം ഇന്ത്യയിലേക്ക് കുടിയേറിയ മുസ്ലീങ്ങൾ ഒഴികെയുള്ള മറ്റ് മത വിഭാ ഗങ്ങളിൽപ്പെട്ടവർക്കെല്ലാം പൗരത്വം നല്കും. അതിനർത്ഥം മുസ്ലീം എന്നത് പൗരത്വത്തിന് പരിഗണിക്കാതിരിക്കാനുള്ള കാരണം എന്നുകൂടി യാണ്. ഇത് ഒരു മുസ്ലിമിന്റെ സ്വകാര്യ പ്രശ്നമല്ല. മതനിരപേക്ഷതയ്ക്കു നേരെയുള്ള കടന്നാക്രമണമാണ്. ഇന്ത്യൻ ജനാധിപത്യ മൂല്യങ്ങളോടുള്ള അതിക്രമമാണ്. തങ്ങൾക്ക് ഇഷ്ടമില്ലാത്തവരെ മുഴുവൻ രാജ്യത്തുനിന്ന് നിഷ്കാസനം ചെയ്യുമെന്ന ഭീഷണിയാണ്. ഭൂരിപക്ഷ വർഗ്ഗീയതയുടെ ഏറ്റവും ഹീനമായ പ്രയോഗമാണ്. പൗരത്വ നിയമ ഭേദഗതിയെ സുപ്രീം കോടതിയിൽ ചോദ്യം ചെയ്യുകയാണ് പ്രധാനം. നിയമപരവും ജനാധി പത്യപരവുമായ ചോദ്യം ചെയ്യലുകൾ ശക്തിപ്പെടുത്തണം. ന്യൂനപക്ഷ ങ്ങൾ, ദളിതർ ഉൾപ്പടെയുള്ളവരെ ഒറ്റപ്പെടുത്താനും വേട്ടയാടാനും സംഘ് പരിവാർ നടത്തുന്ന എല്ലാ ചെയ്തികളും ഭരണഘടനാവിരുദ്ധമാണ്.

വ്യക്തിയെ രാഷ്ട്രവുമായി കണ്ണിചേർക്കുന്ന അടിസ്ഥാന സങ്കല്പ മാണ് പൗരത്വം. ഭരണഘടനാദത്തമായ മുഴുവൻ അവകാശ അധികാര ങ്ങളും ലഭിക്കാൻ ഇന്ത്യൻ പൗരനായിരിക്കുക എന്നതാണ് മാനദണ്ഡം. സ്വത്തവകാശം, തിരഞ്ഞെടുപ്പിൽ മത്സരിക്കാനും ഉന്നത ഉദ്യോഗങ്ങൾ വഹിക്കാനുമുള്ള അധികാരം പൗരത്വത്തിലൂടെ ലഭിക്കുന്നു. എല്ലാത്തരം രാഷ്ട്രീയ അവകാശങ്ങൾക്കും അർഹത നേടുന്നു എന്നതാണ് പ്രധാനം. പൗരത്വം നിഷേധിക്കപ്പെടുന്ന മനുഷ്യരുടെ സങ്കടങ്ങളാണ് പി ടി കുഞ്ഞുമുഹമ്മദ് സംവിധാനം ചെയ്ത *പരദേശി* എന്ന മലയാള സിനിമ യുടെ ഉള്ളടക്കം. ഇന്ത്യ പാക് വിഭജന സമയത്ത് പാകിസ്ഥാനിൽ ജോലി ചെയ്യുകയും പിന്നീട് മടങ്ങിവരികയും ചെയ്ത മലപ്പുറത്തുകാരൻ വലി യകത്തു മൂസയായി മോഹൻലാൽ അഭിനയിച്ചു. സ്വാതന്ത്ര്യം കിട്ടി അര നൂറ്റാണ്ട് കഴിഞ്ഞിട്ടും മൂസയ്ക്കും മൂസയെപ്പോലെ നിരവധി പേർക്കും ഇന്ത്യൻ പൗരത്വം ലഭിച്ചില്ല. ഈ വാർദ്ധക്യത്തിലും ഭരണകൂടത്തിന്റെ ദൃഷ്ടിയിൽ അവരൊക്കെ പാക് ചാരന്മാരാണ്. ഇന്നത്തെതുപോലെ നിയ മങ്ങളോ വിലക്കുകളോ ഇല്ലാതിരുന്ന സ്വാതന്ത്ര്യപൂർവ്വകാലത്ത്, നിരവധി

മലബാറുകാർ ഇന്നത്തെ പാകിസ്ഥാന്റെ ഭാഗമായ സ്ഥലങ്ങളിൽ തൊഴിൽ ചെയ്തിട്ടുണ്ട്. ഇന്ത്യൻ പൗരത്വ നിയമം നിലവിൽ വരുന്നത് 1955 ലാണ്. പിന്നീട് ഇന്ത്യയിലേക്ക് മടങ്ങിയവർ ഇന്ത്യക്കാരല്ലാതായി. അഭയാർത്ഥി കളായി ഇവിടെ കഴിഞ്ഞു. പതിറ്റാണ്ടുകൾ ഇവിടെ ജീവിച്ചിട്ടും അവർക്ക് പൗരത്വം നല്കിയില്ല. നിരവധി പേർ മരിച്ചു. നിരവധി പേർ ഇപ്പോഴും ജീവിക്കുന്നു. അതിസങ്കീർണ്ണവും ദുഃഖഭരിതവുമായ ജീവിതാവസ്ഥയാണ് അവരുടേത്. ദേശീയതയെയും പൗരത്വത്തെയും പുനർനിർവ്വചിക്കുന്ന ഇന്നത്തെ ഇന്ത്യൻ പരിതസ്ഥിതിയിൽ *പരദേശി* ഉയർത്തുന്ന ചോദ്യങ്ങൾ കൂടുതൽ പ്രസക്തമാണ്.

ലോക്സഭ പാസാക്കിയ പൗരത്വ ഭേദഗതി നിയമം ഒരു പ്രത്യേക സമുദായത്തെ പൂർണ്ണമായി അവഗണിച്ചിരിക്കുന്നു. തുല്യതയെയും മതനിരപേക്ഷ മൂല്യങ്ങളെയും നിരാകരിച്ചുകൊണ്ടുള്ള ഭേദഗതിയായതി നാൽ ഇടതുപക്ഷവും കോൺഗ്രസുമടക്കമുള്ള കക്ഷികൾ എതിർത്തു.. വടക്കു കിഴക്കൻ സംസ്ഥാനങ്ങളിലും പ്രതിഷേധം രൂക്ഷമായി. ആസാം കരാറിന്റെ ലംഘനമാണിതെന്ന് പ്രക്ഷോഭകാരികൾ ചൂണ്ടിക്കാട്ടി. പാകിസ്ഥാൻ, അഫ്ഗാനിസ്ഥാൻ, ബംഗ്ലാദേശ് എന്നിവിടങ്ങളിൽനിന്ന് ഇന്ത്യയിൽ കുടിയേറിയ (മുസ്ലിങ്ങൾ ഒഴികെയുള്ള) വർക്ക് ഇന്ത്യൻ പൗരത്വം അനുവദിക്കുന്ന വ്യവസ്ഥയാണ് ഭേദഗതിയിൽ ചേർത്തിട്ടുള്ളത്. കുടിയേറ്റക്കാരായ മുസ്ലിംവിഭാഗക്കാർക്ക് നിയമത്തിന്റെ പ്രയോജനം ലഭിക്കില്ല. നിലവിലുള്ള നിയമമനുസരിച്ച് ഇന്ത്യയിൽ 12 വർഷം സ്ഥിരതാമസമാക്കിയവരാണ് പൗരത്വത്തിന് അപേക്ഷിക്കാൻ അർഹർ. എന്നാൽ, ഭേദഗതി പ്രകാരം മുസ്ലീങ്ങൾ ഒഴികെയുള്ളവർക്ക് അഞ്ചുവർഷ കാലയളവ് മതി. ഇന്ത്യ ഒരു മതനിരപേക്ഷ രാഷ്ട്രമായതുകൊണ്ടുതന്നെ, പൗരത്വംപോലുള്ള വിഷയങ്ങളിൽ തീരുമാനമെടുക്കുമ്പോൾ ആ മൂല്യങ്ങൾ അവഗണിക്കപ്പെടരുത്. ഈ നിയമം ഭരണഘടനയുടെ ചട്ടക്കൂടിന് എതിരാണ്. പാർലമെന്റിലെ ഭൂരിപക്ഷം ഉപയോഗിച്ച് ബി ജെ പി സർക്കാർ കൊണ്ടുവരുന്ന നിയമം ജനങ്ങളെ ഭിന്നിപ്പിക്കുന്നതാണ്. കുടിയേറ്റക്കാരെ മതത്തിന്റെ പേരിൽ വിഭജിക്കുന്നതും വർഗ്ഗീയചേരി തിരിവ് രൂക്ഷമാക്കുന്നതുമാണ്. തന്ത്രപ്രധാനമായ കാര്യങ്ങളിൽ നിയമ നിർമ്മാണം നടത്തുമ്പോൾ സങ്കുചിത രാഷ്ട്രീയ ലക്ഷ്യങ്ങളും മതധ്രു വീകരണവും അജണ്ടയാകരുത്.

ഇന്ത്യൻ ഭരണഘടനയിലെ രണ്ടാം ഭാഗത്ത്, അഞ്ചുമുതൽ പതി നൊന്ന് വരെയുള്ള അനുച്ഛേദത്തിലാണ് പൗരത്വം പരാമർശിക്കപ്പെടു ന്നത്. എന്നാൽ, ദേശീയപൗരത്വ നിയമ (1955)ത്തിലാണ് പൗരത്വത്തെ വിശദമായി പ്രതിപാദിച്ചിട്ടുള്ളത്. പൗരത്വനിയമവുമായി ബന്ധപ്പെട്ട ഏത് തീരുമാനമെടുക്കാനും പാർലമെന്റിന് അധികാരമുണ്ട്. ഇന്ത്യയിൽ ജനി ച്ചവർ, വിദേശ പൗരന്മാരുടെ ഇന്ത്യയിൽ ജനിച്ച മക്കൾ, ഇന്ത്യൻ പൗര ന്മാർക്ക് വിദേശത്ത് ജനിക്കുന്ന മക്കൾ, ഇന്ത്യൻ പൗരനെ വിവാഹം ചെയ്യുന്ന വിദേശി, ഇന്ത്യയോട് കൂട്ടിച്ചേർക്കുന്ന ഭാഗങ്ങളിലെ വ്യക്തികൾ

എന്നിവർക്ക് പൗരത്വത്തിന് അവകാശമുണ്ട്. 12 വർഷം ഇന്ത്യയിൽ സ്ഥിര താമസമാക്കിയ വിദേശ പൗരന്മാർക്ക് പൗരത്വത്തിന് അപേക്ഷിക്കാൻ അർഹതയുണ്ട്. അനധികൃത കുടിയേറ്റക്കാരെ സംബന്ധിച്ചും നിയമം പരാമർശിക്കുന്നു. നിയമസാധുതയുള്ള പാസ്പോർട്ടോ മതിയായ യാത്രാ രേഖകളോ ഇല്ലാതെയും പാസ്പോർട്ടും യാത്രാരേഖകളും അനുവദി ക്കുന്ന സമയപരിധി കഴിഞ്ഞിട്ടും രാജ്യത്ത് തങ്ങുന്നവർ അനധികൃത കുടിയേറ്റക്കാരായിരിക്കും. ഇവരെ ശിക്ഷിക്കാനും നാടുകടത്താനും സർ ക്കാരിന് അധികാരമുണ്ട്. ഈ നിയമം ഭേദഗതി ചെയ്തുകൊണ്ടുള്ള ബില്ലാണ് ഇപ്പോൾ ലോക്സഭ പാസാക്കിയിരിക്കുന്നത്. 2014 ഡിസംബർ 31ന് മുമ്പ് അനധികൃതമായി കുടിയേറിയ പാകിസ്ഥാൻ, ബംഗ്ലാദേശ്, അഫ്ഗാനിസ്ഥാൻ എന്നീ രാജ്യങ്ങളിൽനിന്നുള്ള ഹിന്ദു, ജൈന, സിഖ്, പാഴ്സി, ബുദ്ധ, ക്രിസ്ത്യൻ മതത്തിൽപെട്ടവർക്ക് പൗരത്വം ലഭിക്കും. അനധികൃത കുടിയേറ്റക്കാർ എന്ന നിലയിൽ അവരെ അറസ്റ്റ് ചെയ്യു കയോ നാടുകടത്തുകയോ ചെയ്യില്ല. അവർക്ക് ഇന്ത്യൻ പൗരത്വം അനു വദിക്കുകയും ചെയ്യും. അയൽ രാജ്യങ്ങളിൽ ന്യൂനപക്ഷങ്ങൾ എന്ന നിലയിൽ പീഡനം അനുഭവിച്ചവരായതുകൊണ്ടാണ് ഇവർക്ക് ഇന്ത്യൻ പൗരത്വം നല്കുന്നതെന്ന വ്യാഖ്യാനവുമുണ്ട്. എന്നാൽ, മുസ്ലീങ്ങളായ കുടിയേറ്റക്കാർക്ക് ഈ നിയമത്തിന്റെ പ്രയോജനം ലഭിക്കില്ല. അവർ തട ങ്കൽ പാളയങ്ങളിൽ അടയ്ക്കപ്പെടുമെന്ന് സാരം.

ഭരണഘടന പ്രകാരം ഒരാൾ ഏതെങ്കിലും പ്രത്യേക മതത്തിൽപ്പെട്ട ആൾ എന്ന നിലയിൽ തുല്യതയ്ക്കുള്ള അവകാശം കുറയുകയോ കൂടുകയോ ചെയ്യുന്നില്ല. നിയമനിർമ്മാണങ്ങളിൽ പക്ഷപാതപരമായ രീതി പാടില്ല. മതം, ജാതി, ലിംഗം തുടങ്ങിയവയെ മുൻനിർത്തിയുള്ള വിവേചനങ്ങൾ ഭരണഘടനാ മൂല്യങ്ങൾക്ക് വിരുദ്ധമാണ്. യുക്തിഭദ്രമായ വർഗ്ഗീകരണം അംഗീകരിച്ചിട്ടുണ്ടെങ്കിലും ഇപ്പോഴത്തെ നിയമം യുക്തി ഹീനവും വിവേചനപരവുമാണ്.

പൗരത്വ നിയമഭേദഗതി വടക്കുകിഴക്കൻ സംസ്ഥാനങ്ങളിൽ പുതിയ പ്രശ്നം സൃഷ്ടിക്കുമെന്ന് ചൂണ്ടിക്കാട്ടപ്പെടുന്നു. കാലങ്ങൾക്കുമുമ്പേ ബംഗാളി ഭാഷ സംസാരിക്കുന്നവർ അസമിലേക്ക് നടത്തിയ കുടിയേറ്റം തദ്ദേശീയരായ അസം ജനതയെ പ്രകോപിതരാക്കി. ബംഗ്ലാദേശ്, പശ്ചിമ ബംഗാൾ, ബിഹാർ എന്നിവിടങ്ങളിൽനിന്നാണ് ആളുകൾ എത്തിയത്. ദരിദ്രരായ മുസ്ലീങ്ങളും ഹിന്ദുക്കളും ഇതിലുണ്ട്. 1979-85 കാലയളവിൽ ഇവർക്കെതിരെ രക്തരൂഷിതമായ കലാപങ്ങൾ അരങ്ങേറി. കൂട്ടക്കൊല പാതകങ്ങൾ നടന്നു. ഒടുവിൽ രാജീവ് ഗാന്ധി സർക്കാരും കലാപകാ രികളും ഒരു കരാറുണ്ടാക്കി. അങ്ങനെയാണ് സംഘർഷത്തിന് ചെറിയ അയവു വന്നത്. എന്നാൽ, 2016 ലെ നിയമസഭാ തിരഞ്ഞെടുപ്പിലൂടെ ബി ജെ പി വർഗ്ഗീയവികാരം ആളിക്കത്തിക്കുകയും കുടിയേറ്റക്കാരായ മുസ്ലീ ങ്ങളെ നാടുകടത്തുമെന്ന് പ്രചരിപ്പിക്കുകയും ചെയ്തു. സ്വാഭാവികമായി പൗരത്വത്തിന് അർഹതയുള്ളവരെപ്പോലും പുറത്താക്കാനുള്ള പദ്ധതി

യാണ് അണിയറയിൽ ഒരുങ്ങിയത്. 19 ലക്ഷത്തിലധികം പേർ പൗരത്വ ലിസ്റ്റിൽനിന്ന് പുറത്താക്കപ്പെട്ടു. നിശ്ചിത രേഖകൾ നഷ്ടപ്പെട്ടവരും പതി റ്റാണ്ടുകളായി ഇന്ത്യയിൽ ജീവിക്കുന്നവരും സ്വാതന്ത്ര്യം ലഭിക്കുന്നതിനു മുമ്പേ ഇവിടെ ജീവിച്ചവരുടെ പിൻതലമുറയിൽ പെട്ടവരും അതിലുണ്ട്.

ന്യൂനപക്ഷത്തെ പുറത്താക്കാനുള്ള പദ്ധതിയായിരുന്നെങ്കിലും മറ്റ് വിഭാഗത്തിൽ പെട്ടവരും ലിസ്റ്റിൽനിന്ന് പുറത്തായി. അവരെ (മുസ്ലീങ്ങളെ തിരസ്കരിച്ചു കൊണ്ടു തന്നെ) പൗരത്വത്തിന് പരിഗണിക്കുന്ന വ്യവസ്ഥ കളാണ് പുതിയ നിയമത്തിൽ. ദേശീയ പൗരത്വ പട്ടികയും പൗരത്വനിയ മവും തമ്മിൽ ബന്ധമുണ്ട്.

അഭയാർത്ഥികളെ മതത്തിന്റെ പേരിൽ വേർതിരിക്കുന്നത് സാർവ്വ ദേശീയ പ്രമാണങ്ങൾക്കും മനുഷ്യാവകാശങ്ങൾക്കും വിരുദ്ധമാണ്. മത നിരപേക്ഷ, ജനാധിപത്യ മൂല്യങ്ങളിൽ ഉറപ്പിച്ചെടുത്ത ഭരണഘടനയോ ടുള്ള അനാദരവാണ്. ഭൂരിപക്ഷ വർഗ്ഗീയതയുടെ പ്രത്യക്ഷ പ്രയോഗവല്‍ ക്കരണമാണ്. പതിറ്റാണ്ടുകളായി ഇവിടെ കഴിയുന്ന കുടിയേറ്റക്കാർ, ഏത് രാജ്യത്തുനിന്ന് വരുന്നവരാണെങ്കിലും മതത്തിന്റെ അടിസ്ഥാനത്തിൽ വിവേചനം പാടില്ല. പൗരത്വത്തിന് അർഹരാണോ എന്ന കാര്യത്തിൽ നിയമപരവും നൈതികവും മനുഷ്യത്വപരവുമായ സമീപനമാണ് ഉയർ ത്തിപ്പിടിക്കേണ്ടത്. അതിർത്തികൾ തുറക്കുന്നതും അടയ്ക്കുന്നതും ഭൗതി കമായ ഒരു പ്രവൃത്തിമാത്രമല്ല. ദാരിദ്ര്യത്തിനും പട്ടിണിക്കും തൊഴിലി ല്ലായ്മയ്ക്കും മതമില്ല. അഭയാർത്ഥികളുടെ നിലവിളികൾക്ക് സ്വരവ്യത്യാ സവുമില്ല.

ഒന്നാം മോഡി സർക്കാരിന്റെ കാലത്ത് ലോക്സഭ പാസാക്കിയെ ങ്കിലും അന്ന് രാജ്യസഭ പാസാക്കിയില്ല. പ്രതിപക്ഷം ഒന്നടങ്കം എതിർ ത്തിട്ടും ഇപ്പോൾ രണ്ടു സഭകളിലും പാസാക്കി. നിയമനിർമ്മാണം എന്നത് മതനിരപേക്ഷവും തുല്യനീതിയിലധിഷ്ഠിതവുമായിരിക്കണം എന്ന തത്ത്വത്തെ ബലികഴിക്കുന്ന പദ്ധതിയാണ്. എൻ ആർ സിയിലൂടെ പൗരത്വം നിഷേധിക്കപ്പെട്ട ആളുകളെ ഭിന്നിപ്പിക്കാനും മതവിവേചനം നടപ്പാക്കാനുമാണ് നീക്കം. വാസ്തവത്തിൽ അർഹരായവർക്ക്, അവരുടെ അപേക്ഷ പരിഗണിച്ച്, മതവ്യത്യാസമില്ലാതെ പൗരത്വം നല്കുകയാണ് വേണ്ടത്. എന്തുകൊണ്ടാണ് മുസ്ലിങ്ങൾ മാത്രം പൗരത്വത്തിന് പുറത്താകുന്നത്? മതവിവേചനം സാമാന്യ നീതിയല്ല. വിദേശിയായാലും സ്വദേശിയായാലും തുല്യതയ്ക്കുള്ള അവകാശം ഭരണഘടന നല്കുന്നു. ആയതിനാൽ ഒരു പ്രത്യേക മതത്തിൽപ്പെട്ടവരെ പൗരത്വത്തിന് പരിഗണിക്കാതിരിക്കുന്ന വ്യവസ്ഥ നിയമപരമായി ചോദ്യം ചെയ്യപ്പെടും. ഇന്ത്യൻ ഭരണഘടനയുടെ ആർട്ടിക്കിൾ 15 (1) വ്യക്തമാക്കുന്നു 'മതം, വംശം, ജാതി, ലിംഗം, ജന്മദേശം എന്നിവയുടെ പേരിൽ ഒരു പൗരനോടും ഭരണകൂടം വിവേചനം കാണിക്കില്ല'. അഭയാർത്ഥികളെപ്പോലും മതത്തിന്റെ പേരിൽ വിഭജിക്കുന്നത് എത്രമാത്രം ഹീനമായ പ്രവൃത്തി യാണ്? ഇത് രാജ്യത്തെ വെട്ടിമുറിക്കാനുള്ള നീക്കമാണ്.

ഭൂരിപക്ഷ വർഗ്ഗീയതയെ ന്യൂനപക്ഷ വർഗ്ഗീയതകൊണ്ട് ചെറുക്കാ നാവില്ല. ന്യൂനപക്ഷങ്ങൾ ഉൾപ്പെടെയുള്ളവർ മതനിരപേക്ഷ-ജനാധിപത്യ ശക്തികൾക്കൊപ്പം നിലയുറപ്പിക്കുകയാണ് അഭികാമ്യം. ഒരു പ്രത്യേക മതത്തിലെ അംഗങ്ങൾ മാത്രമായി സംഘടിക്കുന്നതിലൂടെ ഭൂരിപക്ഷ വർഗ്ഗീയതയെ തോല്പിക്കാനുമാവില്ല. ഫാസിസ്റ്റ് പ്രവണതകൾക്കെതിരെ ജനാധിപത്യ പ്രസ്ഥാനങ്ങൾ നടത്തുന്ന അതിശക്തമായ പോരാട്ടമാണ് ബദൽ. ഇപ്രകാരം മാത്രമേ വർഗ്ഗീയത സൃഷ്ടിക്കുന്ന അപകടത്തെ ചെറുത്ത് തോല്പിക്കാൻ സാധിക്കൂ. ഇന്ത്യയിലെ ഭൂരിപക്ഷ വർഗ്ഗീ യതയ്ക്ക് ഭൂരിപക്ഷ സമുദായത്തിന്റെ ആകെ പിന്തുണയുമില്ല. സംഘ പരിവാറിന്റെ വിധ്വംസക, വർഗ്ഗീയ നിലപാടിനെതിരെ അതിശക്തമായി ശബ്ദിക്കുന്നവരിൽ ലക്ഷക്കണക്കിന് ജനങ്ങളുണ്ട്. വർഗ്ഗീയ ആക്രമണ ങ്ങൾക്കെതിരെ രാജ്യത്ത് ഉയരുന്ന ജനകീയ പ്രതിഷേധങ്ങളുടെ നേതൃത്വത്തിൽ തന്നെയും എല്ലാ മത, ജാതി, വിഭാഗങ്ങളിലുംപെട്ട സ്വതന്ത്രമായി ചിന്തിക്കുന്ന മനുഷ്യരുണ്ട്. അടിച്ചമർത്തപ്പെടുന്ന ദളി തർക്കും ന്യൂനപക്ഷങ്ങൾക്കും ഒപ്പം ഇതര മത-സാമൂഹ്യ വിഭാഗങ്ങളിൽ പ്പെട്ട ലക്ഷോപലക്ഷം ജനങ്ങളുണ്ട്. വിശ്വാസികളും അവിശ്വാസികളു മുണ്ട്. സംഘപരിവാർ ഉയർത്തുന്ന അസഹിഷ്ണുതയുടെ രാഷ്ട്രീയത്തെ പരാജയപ്പെടുത്തണം. ഇന്ത്യയുടെ മഹത്തായ പാരമ്പര്യമാണ് മതേതര മൂല്യങ്ങൾ. അതിനെ സംരക്ഷിക്കാൻ ഏവർക്കും ബാദ്ധ്യതയുണ്ട്.

ദേശീയ പൗരത്വ രജിസ്റ്റർ

വിശ്വമാനവികതയുടെ കവിയായ ടാഗോർ തീവ്രദേശീയതയോട് ശക്തമായി കലഹിച്ച വ്യക്തിയാണ്. മനുഷ്യന്റെ അടിസ്ഥാന കാമനക ളായ അത്യാഗ്രഹവും വെറുപ്പും ക്രൂരതയും ഉപേക്ഷിക്കുമ്പോഴാണ് പുതിയ മനുഷ്യൻ പിറവി കൊള്ളുക. അതിന് കഴിയുന്നില്ലെങ്കിൽ ദുഷ്ട തകൾ പെരുകി വെറുപ്പിന്റെ തീയും പുകയുമേറ്റ് മാനവ സംസ്കൃതി തകരും – ടാഗോർ വിശദീകരിച്ചു. സങ്കുചിത ദേശീയതയല്ല. വിശ്വമാന വികതയാണ് നമുക്ക് വേണ്ടത്. എല്ലാ സ്നേഹവും കരുത്തും അതിന് വേണ്ടി സമർപ്പിക്കാൻ അദ്ദേഹം ആഹ്വാനംചെയ്തു. മതദേശീയത ശക്തി പ്പെടുന്ന ഇന്നത്തെ ഇന്ത്യൻ സാഹചര്യത്തിൽ ടാഗോറിന്റെ വാക്കുകൾ കൂടുതൽ പ്രസക്തമാണ്. അശാസ്ത്രീയമായ വ്യവസ്ഥയിലൂടെ പൗരത്വം നിർണ്ണയിക്കുകയും ഒരു ജനതയെ പുറന്തള്ളുകയും ചെയ്യുന്നത് മതനിര പേക്ഷ ദേശീയതയുടെ തകർച്ചകൂടിയാണ്.

ദേശീയ പൗരത്വ രജിസ്റ്റർ പ്രസിദ്ധീകരിച്ചപ്പോൾ അസമിലെ 19.6 ലക്ഷം പേർ ബഹിഷ്കൃതരായി. ഇനിയും പരാതിയുള്ളവർക്ക് ഫോറി നേഴ്സ് ട്രിബ്യൂണലിൽ അപ്പീൽ നൽകാം. അപ്പീലുകൾ തള്ളിയാൽ കൂറ്റൻ തടങ്കൽ പാളയങ്ങളിലേക്ക് പോകേണ്ടി വരും. വിദേശിയായി മുദ്രകുത്തും. ഇന്നലെവരെ അനുഭവിച്ച അവകാശങ്ങൾ നിഷേധിക്കപ്പെടും. മഹാരാ ഷ്ട്രയിലും പശ്ചിമബംഗാളിലും ഹരിയാനയിലും പൗരത്വ പട്ടിക വേണ മെന്ന് ബി ജെ പി ആവശ്യപ്പെട്ടു. ഇന്ത്യയിൽ മുഴുവൻ ഇത് വ്യാപിപ്പി ക്കാനും പദ്ധതിയുണ്ട്. അസമിലെ ന്യൂനപക്ഷ വിഭാഗത്തിൽപ്പെട്ടവരെല്ലാം ബംഗ്ലാദേശിൽനിന്നുള്ള നുഴഞ്ഞു കയറ്റക്കാരാണെന്ന് പ്രചരിപ്പിച്ചു. നിയ മസഭാ – പാർലമെന്റ് തിരഞ്ഞെടുപ്പ് കാലത്ത് ബി ജെ പി യുടെ സമു ന്നത നേതാക്കൾവരെ ഇത് ഏറ്റെടുത്തു. യൂറോപ്പിലും അമേരിക്കയിലും

ശക്തിപ്പെടുന്ന കുടിയേറ്റ വിരുദ്ധത, വംശീയത എന്നിവ ഇവിടെയും മറ നീക്കി പുറത്തുവരികയാണ്. യഥാർത്ഥ പൗരന്മാരെവരെ വിദേശിയായി പ്രഖ്യാപിക്കുന്ന എൻ ആർ സി നടപടിക്കെതിരെയും പൗരത്വ നിയമ ത്തിലെ വിവേചനത്തിന് എതിരെയും സി പി ഐ (എം) ശക്തമായ നില പാട് സ്വീകരിച്ചു. ഡൽഹിയിലും അസമിലും മറ്റു സംസ്ഥാനങ്ങളിലും പ്രതിഷേധ പരിപാടി സംഘടിപ്പിച്ചു. സാധാരണക്കാരുടെ ആവശ്യങ്ങൾ പരിഹരിക്കാനും എൻ ആർ സി യുമായി ബന്ധപ്പെട്ട നിയമ സഹായ ങ്ങൾക്കായും ഇടപെടൽ നടത്തി. അന്യായമായ പൗരത്വ നിഷേധത്തി നെതിരെ ഇടതുപക്ഷ പാർട്ടികൾ പ്രതിഷേധമുയർത്തി. രാജ്യത്തിന്റെ ഐക്യവും ഭരണഘടനാ മൂല്യങ്ങളും വലിയ വെല്ലുവിളി നേരിടുകയാണ്.

അസമിൽ സംഭവിച്ചത്

ഇന്ത്യയുടെ തേയിലത്തോട്ടം എന്നറിയപ്പെടുന്ന സംസ്ഥാനമാണ് അസം. ബംഗ്ലാദേശ്, ഭൂട്ടാൻ എന്നീ രാജ്യങ്ങളോട് ചേർന്ന് കിടക്കുന്നു. ഭൂവിസ്തൃതിയുടെ 22% ത്തോളം വനമാണ്. പണ്ടുമുതലേ അനേ കായിരങ്ങൾ തൊഴിലന്വേഷിച്ച് അസമിലെത്തിയിട്ടുണ്ട്. ബ്രീട്ടീഷ് ഭരണ കാലത്ത് കുറഞ്ഞ വേതനത്തിൽ തേയിലത്തോട്ടങ്ങളിൽ പണിയെടുക്കാ നായി പുറത്തുനിന്ന് ആളുകളെ കൊണ്ടുവന്നു. രണ്ടാം ലോകയുദ്ധം സമ്മാനിച്ച പട്ടിണിയുടേയും ക്ഷാമത്തിന്റേയും നാളുകളിൽ മലയാള നാട്ടിൽനിന്ന് പോലും അവിടേക്ക് ജോലിക്ക് പോയവരുണ്ട്.

'ജനിച്ചനാടുവിട്ടകലെയാസാമിൽ/പണിക്ക് പോയ വരും പരിഷകൾ ഞങ്ങൾ/ കുതിച്ചു തീവണ്ടി കിതച്ചു പായുന്നു/കുതുകാൽ ചിന്തകൾ കുതിക്കുന്നു മുമ്പെ....' 'ആസാം പണിക്കാർ' എന്ന കവിതയിലൂടെ വൈലോപ്പിള്ളി ഇത് വരച്ചിടുന്നു. സ്വാതന്ത്ര്യപ്രാപ്തിയുടേയും വിഭജന ത്തിന്റേയും പശ്ചാത്തലത്തിൽ അസമിലേക്ക് കുടിയേറിയവരുണ്ട്. ബീഹാർ, പശ്ചിമബംഗാൾ എന്നിവിടങ്ങളിൽനിന്ന് ദരിദ്രരായ മുസ്ലീങ്ങളും ഹിന്ദുക്കളും അവിടെയെത്തി. പാകിസ്ഥാനിലെ ആഭ്യന്തര യുദ്ധകാലത്ത് കിഴക്കൻ പ്രവിശ്യയിൽ (ഇന്നത്തെ ബംഗ്ലാദേശ്) നിന്ന് അഭയാർത്ഥി പ്രവാ ഹമുണ്ടായി.

തദ്ദേശവാസികളുടെ തൊഴിലവസരങ്ങളും മറ്റ് സൗകര്യങ്ങളും നഷ്ട പ്പെടുന്നത് കുടിയേറ്റ മൂലമാണെന്ന പ്രചരണം ശക്തിപ്പെട്ടു. ആൾ അസം സ്റ്റുഡന്റ് യൂണിയൻ (എ എ എസ് യു) ഇത് ഏറ്റെടുക്കുകയും കുടിയേറ്റ ക്കാരെ പുറത്താക്കണമെന്ന് ആവശ്യപ്പെട്ടുകൊണ്ട് സമരം നടത്തുകയും ചെയ്തു. ബംഗാളി സംസാരിക്കുന്നവർ വേട്ടയാടപ്പെട്ടു. പലയിടങ്ങളിലും പ്രാദേശിക വികാരം ആളിക്കത്തി. 1983 ഫെബ്രുവരി 18 ന് ഗുവാഹട്ടിക്ക് അടുത്തുള്ള നെല്ലി ഉൾപ്പെടെയുള്ള ഗ്രാമങ്ങളിൽ ക്രൂരമായ അതിക്രമ ങ്ങൾ അരങ്ങേറി. ഔദ്യോഗിക കണക്ക് പ്രകാരം ഏതാണ്ട് മൂവായിര ത്തോളം പേർ കൊല്ലപ്പെട്ടു. (ഇതിൽ അധികമാണ് യഥാർത്ഥ കണക്ക്) സംഘർഷങ്ങൾ തുടർന്നു. 1985 ൽ രാജീവ് ഗാന്ധി സർക്കാരും എ എ

എസ് യു, എ എ ജി എസ് എന്നീ സംഘടനകളുമായി കരാറുണ്ടാക്കി. ബംഗ്ലാദേശിന്റെ രൂപീകരണമായ 1971 മാർച്ച് 26 ന് മുമ്പ് ഇന്ത്യയിൽ താമ സമുള്ളവരും അവരുടെ പിൻഗാമികളും മാത്രമേ യഥാർത്ഥ പൗരത്വത്തിന് അർഹരാവൂ. അപ്രകാരമല്ലാതെ അസമിൽ താമസിക്കുന്നവർക്കെതിരെ നടപടി സ്വീകരിക്കും. ഇതായിരുന്നു വ്യവസ്ഥ. ദീർഘ കാലത്തേക്ക് വലിയ പ്രശ്നങ്ങളുണ്ടായില്ല. വോട്ടർ പട്ടികയിൽ പേരുള്ളവരും മുമ്പ് വോട്ട് ചെയ്തവരുമായ ആളുകളിൽ പൗരത്വം സംശയമുള്ളവരെ ഡി വോട്ടറായി കണക്കാക്കിയത് 1997 മുതലാണ്. അവർ പൗരത്വം തെളിയിക്കണം. 1951 ലെ ദേശീയ പൗരത്വ പട്ടിക പുതുക്കണമെന്ന് പ്രാദേശിക കക്ഷികൾ ആവ ശ്യമുന്നയിക്കുകയും ചെയ്തു

എന്താണ് ദേശീയ പൗരത്വ രജിസ്റ്റർ

1951 ലെ സെൻസസിന്റെ അടിസ്ഥാനത്തിലുള്ള പൗരത്വ പട്ടിക യാണ് അസമിൽ നിലവിലുണ്ടായിരുന്നത്. അസം പബ്ലിക് വർക്സ് എന്ന സംഘടന ഈ പട്ടിക പുതുക്കണം എന്നാവശ്യപ്പെട്ട് 2009 ൽ സുപ്രീം കോടതിയെ സമീപിച്ചു. പട്ടിക തയ്യാറാക്കണമെന്ന് 2013 ൽ കോടതി നിർദ്ദേ ശിച്ചു. 2014 മുതൽ 2019 വരെ പ്രവർത്തനങ്ങൾ നടന്നു. ഏതാണ്ട് 1200 കോടി രൂപയാണ് ഇതിനായി ചെലവിട്ടത്. ശാസ്ത്രീയവും കുറ്റമറ്റതുമായ രജിസ്റ്ററാണ് തയ്യാറാക്കേണ്ടിയിരുന്നത്. എന്നാൽ പൗരത്വ നിർണ്ണയത്തിന്റെ മറവിൽ ന്യൂനപക്ഷങ്ങളെ നാട് കടത്താനുള്ള പദ്ധതിയായി ഇത് മാറി. 2018 ൽ കരട് പുറത്തിറങ്ങിയപ്പോൾ 40 ലക്ഷം പേർ അതിന് പുറത്താ യി. പരാതികളും പ്രതിഷേധവും ഉയർന്നതിനെത്തുടർന്ന് പട്ടികയിൽ പേര് ഉൾപ്പെടുത്താനുള്ള സമയം സുപ്രീം കോടതി തന്നെ ദീർഘിപ്പിച്ചു. എന്നിട്ടും അന്തിമ പട്ടിക വന്നപ്പോൾ 19.6 ലക്ഷം പുറത്താക്കപ്പെട്ടു. അസ മിൽ വേരുകളും ദീർഘകാല പാരമ്പര്യമുള്ളവരും ഒഴിവാക്കപ്പെട്ടു. മുൻ രാഷ്ട്രപതി ഫക്രുദ്ദീൻ അലി അഹമ്മദിന്റെ കുടുംബാംഗങ്ങൾ പട്ടിക യിൽനിന്ന് പുറത്തായി. കാർഗിൽ യുദ്ധത്തിൽ പങ്കെടുത്ത ധീര സൈനി കനായ മുഹമ്മദ് സനാളള്ളയും കുടുംബാംഗങ്ങളും ഒഴിവാക്കപ്പെട്ടു. അസമിലെ പ്രതിപക്ഷ കക്ഷികയായ എ ഐ യു ഡി എഫ് നേതാവും എം എൽ എയുമായ ആനന്ദകുമാർ മാലെ, ബി എസ് എഫ് ഉദ്യോഗ സ്ഥൻ മുസിബുർ റഹ്മാൻ, സൈന്യത്തിലെ ഉദ്യോഗസ്ഥനായ കെ പി ലാഹിരിയുടെ കുടുംബാംഗങ്ങൾ, പ്രമുഖ ജേർണലിസ്റ്റ് നാബുറാം ഗുഹ തുടങ്ങിയവർ പട്ടികയിൽനിന്നും പുറത്തായി. ഒരു വീട്ടിലെ തന്നെ ചിലർ ഉൾപ്പെടുകയും ചിലർ പുറത്താവുകയും ചെയ്തതായി പരാതിയുണ്ട്.

കരട് പ്രസിദ്ധീകരിച്ചപ്പോൾ നിരാശരായി മൂന്നര ലക്ഷം പേർ നാടു വിട്ടതായി വാർത്തയുണ്ട്. സുപ്രീം കോടതി നിർദ്ദേശപ്രകാരമുള്ള ഔദ്യോഗിക രേഖകളാണ് പൗരത്വ രജിസ്റ്ററിൽ പേരു ചേർക്കാൻ ആധാ രമാക്കിയത്. എന്നാൽ പഞ്ചായത്ത് രേഖകൾ, / റേഷൻ കാർഡ് എന്നിവ തന്നെയും പരിഗണിക്കപ്പെട്ടില്ലെന്ന് പരാതിയുണ്ട്. അതിർത്തി പ്രദേശങ്ങ

ളിലെ ആളുകളുടെ പേരുകൾ മതപരമായ വിവേചനത്തോടെ ഒഴിവാക്കി യതായും പറയപ്പെടുന്നു. ഇവിടെ ജനിച്ചു വളർന്നവരിൽ (അവരുടെ പിൻതലമുറയിൽപെട്ടവരും) സ്വന്തമായി ഒരു തുണ്ട് ഭൂമി ഇല്ലാത്തവരുണ്ട്. പട്ടയത്തിന് അർഹരായ അനേകായിരങ്ങൾ. യഥാസമയം പട്ടയം ലഭിച്ചി രുന്നെങ്കിൽ ഭൂമിയുടെ അവകാശികളാകുമായിരുന്നവർ. രേഖകളില്ലാത്ത അവരും അവഗണിക്കപ്പെട്ടു. വെള്ളപ്പൊക്കം, മറ്റു പ്രകൃതി ദുരന്തങ്ങൾ എന്നിവയിൽ രേഖകൾ നഷ്ടപ്പെട്ടവരും യഥാസമയം അത് സമർപ്പിക്കാൻ കഴിയാത്തവരുമായ അനേകായിരങ്ങളും രജിസ്റ്ററിൽനിന്ന് പുറത്തായി. പിഞ്ചുകുഞ്ഞുങ്ങൾ മുതൽ വയോജനങ്ങൾ വരെ ഇനി എന്ത് ചെയ്യും? മറുപടി ലഭിച്ചേ പറ്റൂ.

പൗരത്വം നിഷേധിക്കപ്പെട്ടവരുടെ ഭാവി എന്താണെന്നോ അവർ ഇനി എവിടെ പോവുമെന്നോ കേന്ദ്രം വ്യക്തമാക്കിയിട്ടില്ല. രാജ്യമില്ലാതാവു ന്നവരെ എന്ത് ചെയ്യണമെന്ന് ഇതുവരെ തീരുമാനിച്ചിട്ടില്ല. ഇനിയും പരാതി ഉള്ളവർക്ക് ട്രൈബ്യൂണലിൽ അപ്പീൽ കൊടുക്കാം എന്നാണ് സർക്കാർ നിലപാട്. ഇതൊരു ഉദ്യോഗസ്ഥ സംവിധാനമായി മാറിയ അനുഭവമാണ് പലരും ചൂണ്ടിക്കാട്ടുന്നത്. ഇതുവരെ സമർപ്പിച്ചതിനേക്കാൾ വലിയ രേഖ കൾ ട്രൈബ്യൂണലിന് നൽകേണ്ടി വരും. പട്ടിക പ്രസിദ്ധീകരിച്ച് 120 ദിവ സത്തിനകം പരാതി നൽകണം. ഇതിനായി അസമിൽ കൂടുതൽ ട്രൈബ്യൂ ണലുകൾ സ്ഥാപിക്കും എന്നാണ് കേന്ദ്രം പറഞ്ഞിരുന്നത്. എന്നാൽ 19.6 ലക്ഷം പേർക്കായി ആകെ നൂറ് ട്രിബ്യൂണലുകളാണ് ഉള്ളത്. ഇവിടെ പരാതി സ്വീകരിച്ചാൽ മാത്രമേ തുടർന്ന് നിയമ പോരാട്ടം തന്നെ സാദ്ധ്യ മാവൂ. പ്രഥമദൃഷ്ട്യാ തന്നെ അപ്പീൽ തള്ളാനുള്ള അധികാരം ട്രിബ്യൂ ണലിനുണ്ട്. അപ്പീൽ തള്ളിയാൽ അപേക്ഷകനെ തടങ്കൽ പാളയത്തില ടയ്ക്കും. എല്ലാ അവകാശാധികാരങ്ങളും ഇല്ലാതാവും. നിയമ വിരുദ്ധ പ്രവർത്തനം നടത്തുന്ന വിദേശിയായി മാറും. അവരെ പാർപ്പിക്കാൻ തട ങ്കൽപ്പാളയങ്ങൾ ഒരുങ്ങിക്കഴിഞ്ഞു. ട്രൈബ്യൂണൽ വിധി അനുകൂലമല്ലെ ങ്കിൽ മേൽ കോടതികളെ സമീപിക്കാനായി ആളും അർത്ഥവും വേണം. പൗരത്വം നിഷേധിക്കപ്പെട്ട, ദരിദ്രരായ മഹാഭൂരിപക്ഷത്തിന് ഇതിന് സാധി ക്കുമോ എന്ന ചോദ്യം പ്രസക്തവുമാണ്. ഇവിടെ ജനിച്ചവരും അവരുടെ പിൻഗാമികളുമുൾപ്പെടെ – യഥാർത്ഥ പൗരന്മാർക്ക് തന്നെ പൗരത്വം നിഷേ ധിക്കുന്നത് അനീതിയാണ്. ഒരാൾ ജനിച്ചു ജീവിച്ച നാട്ടിൽനിന്ന് സാങ്കേ തിക കാരണം പറഞ്ഞ് അയാളെ നാടുകടത്താൻ ആർക്കാണ് അധികാരം?

കിഴക്കൻ പാകിസ്ഥാനിലെ ആഭ്യന്തര യുദ്ധത്തിൽ (1971) അഭ യാർത്ഥികളായി വന്നവർ അനേകം പേരുണ്ട്. അവർ നുഴഞ്ഞു കയറ്റക്കാ രല്ല. ഭീകരവാദികളോ രാജ്യവിരുദ്ധരോ അല്ല. വന്ന കാലം മുതൽ ഈ മണ്ണിനെ സ്വന്തം മണ്ണായി കണ്ട് സമാധാനത്തോടെ ജീവിക്കാൻ ആഗ്ര ഹിച്ചവരുണ്ട്. അവരെ ഒറ്റയടിയ്ക്ക് രാജ്യത്തുനിന്ന് പുറത്താക്കുന്നത് ശരി യാണോ? ഇന്ത്യയുടെ മഹത്തായ പാരമ്പര്യത്തിനും അന്തർദേശീയ വ്യവസ്ഥകൾക്കും നിരക്കുന്നതുമല്ല. പൗരത്വ പട്ടികയുടെ കാര്യത്തിൽ

ഐക്യരാഷ്ട്രസഭ ആശങ്ക രേഖപ്പെടുത്തി. ആരും രാജ്യമില്ലാത്തവരായി മാറില്ലെന്ന് ഇന്ത്യ ഉറപ്പ് വരുത്തണമെന്നും പറഞ്ഞിട്ടുണ്ട്. യു എൻ അഭയാർത്ഥി കാര്യവിഭാഗം തലവൻ ഫിലിപ്പോ ഗ്രാന്റിയുടെ പ്രതികരണം ഇപ്രകാരമാണ് "പൗരത്വമില്ലാത്ത ഒരു വലിയ ജനവിഭാഗത്തെ സൃഷ്ടിക്കുന്നത് ആഗോള തലത്തിൽ വലിയ പ്രത്യാഘാതം സൃഷ്ടിക്കും. അഭയാർത്ഥി പ്രശ്നങ്ങൾ പരിഹരിക്കാൻ യു എൻ നടത്തുന്ന നീക്കങ്ങൾക്ക് തിരിച്ചടിയാവരുത് ഇന്ത്യയുടെ സമീപനം." പൗരത്വ പട്ടികയെ ബി ജെ പി ശക്തമായി അനുകൂലിക്കുന്നത് അവരുടെ ന്യൂനപക്ഷ വിരുദ്ധത കൊണ്ടാണ്. എന്നാൽ അന്തിമ പട്ടികയിൽനിന്നും ഹിന്ദുക്കൾ – ഗൂർഖകൾ, ആദിവാസികൾ എന്നിവരും പുറത്തായി. ഇത് അസമിൽ പുതിയ പ്രശ്നമായി മാറിയിട്ടുണ്ട്.

പൗരത്വപട്ടികയ്ക്ക് എതിരെ ശക്തമായ പ്രതിഷേധം ഉയർന്ന് കഴിഞ്ഞു. ഇത് ദേശീയ ഐക്യത്തെ ബാധിക്കുന്ന വിഷയമാണ്. പ്രശ്നത്തിന്റെ വ്യാപ്തി മനസ്സിലാക്കി കേന്ദ്രം സർവ്വകക്ഷി യോഗം വിളിക്കണം. അപ്പീലുകൾക്കായി ആയിരം ട്രൈബ്യൂണലുകൾ സ്ഥാപിക്കുമെന്ന വാഗ്ദാനം ഉടൻ നടപ്പാക്കണം. ഉദ്യോഗസ്ഥ മേധാവിത്തമാവരുത് അവയുടെ രീതി. രാഷ്ട്രീയ സ്വാധീനങ്ങൾക്കപ്പുറം മനുഷ്യത്വപരമായി പ്രവർത്തിക്കുന്ന സ്വതന്ത്ര സംവിധാനമായി ട്രൈബ്യൂണലുകൾ ഉയരണം. ലഭ്യമായ ഏത് രേഖയും പരിഗണിക്കണം. ഒരാൾക്കുപോലും പരാതി ഉന്നയിക്കാൻ അവസരം നിഷേധിക്കരുത്. ആവശ്യമായ ഘട്ടത്തിൽ മേൽ കോടതികളെ സമീപിക്കുന്നവർക്ക് കേന്ദ്ര – സംസ്ഥാന സർക്കാരുകൾ നിയമ സഹായം ലഭ്യമാക്കണം. പൗരത്വ രജിസ്റ്ററിൽ പേരില്ല എന്ന കാരണത്താൽ ആരെയും തടങ്കൽ പാളയത്തിൽ അടയ്ക്കരുത്. ഇന്നലെവരെ അനുഭവിച്ച അവകാശങ്ങൾ നിഷേധിക്കരുത്. ജനാധിപത്യം കരുണയുടെ മുഖം കൈവരിക്കുന്നത് അപ്പോഴാണ്.

പൗരത്വ (ഭേദഗതി)
നിയമവും പ്രത്യാഘാതവും

ഭരണഘടന വിദഗ്ദ്ധർ മുതൽ സാധാരണ മനുഷ്യർ വരെ അതീവ ഗൗരവത്തോടെയും ഉൽക്കണ്ഠയോടെയും ചർച്ച ചെയ്യുന്ന വിഷയമാണ് പൗരത്വ (ഭേദഗതി) നിയമം. പൗരത്വപട്ടിക ((NRC), ജനസംഖ്യപട്ടിക (NPR) തുടങ്ങിയവയും സംവാദ വിഷയമാണ്.

പൗരത്വ (ഭേദഗതി) നിയമം-2019

2019 ഡിസംബർ 12 ന് പ്രസിഡന്റിന്റെ അംഗീകാരത്തോടെ നിയമം നിലവിൽ വന്നു.

THE CITIZENSHIP (AMENDMENT) ACT, 2019 അഥവാ പൗരത്വ (ഭേദഗതി) നിയമം എന്നാണ് ഇത് അറിയപ്പെടുക. 1955 ലെ പൗരത്വനിയമം രണ്ടാം വകുപ്പിൽ ഒന്നാം ഉപവകുപ്പിൽ ബി ഖണ്ഡത്തിൽ പുതിയ ഭാഗം കൂട്ടിച്ചേർത്തു.

2014 ഡിസംബർ 31-ാം തീയതിയോ അതിനുമുൻപോ ഇന്ത്യയിൽ പ്രവേശിച്ച അഫ്ഗാനിസ്ഥാൻ, ബംഗ്ലാദേശ്, പാകിസ്ഥാൻ എന്നിവിടങ്ങളിൽ നിന്നുള്ള ഹിന്ദു, സിഖ്, ബുദ്ധിസ്റ്റ്, ജൈന, പാഴ്സി ക്രിസ്ത്യൻ വിഭാഗങ്ങളിൽ ഉൾപ്പെടുന്നതും, 1920 ലെ പാസ്പോർട്ട് (എൻട്രി ഇൻ ടു ഇന്ത്യ) ആക്ടിന്റെ മൂന്നാം വകുപ്പിലെ (2)-ാം ഉപവകുപ്പിലെ (സി), ഖണ്ഡ പ്രകാരമോ അതിൻകീഴിലോ, അല്ലെങ്കിൽ 1946 ലെ ഫോറിനേഴ്സ് ആക്ടിന്റെയോ ചട്ടങ്ങളുടെയോ വ്യവസ്ഥകൾ പ്രകാരമോ കേന്ദ്ര ഗവൺമെന്റ് ഇളവ് നല്കിയിട്ടുള്ള ഏതൊരു വ്യക്തിയെയും ഈ ആക്ടിന്റെ ഉപയോഗത്തിലേക്കായി അനധികൃത കുടിയേറ്റക്കാരനായി കണക്കാക്കില്ല. നിയമത്തിൽ ഇപ്രകാരമാണ് വിശദീകരിച്ചത്. ഈ മൂന്ന് രാജ്യങ്ങളിൽ നിന്നുവന്ന മുസ്ലീങ്ങൾ ഒഴികെയുള്ള, മറ്റ് മതവിഭാഗങ്ങളെ അനധികൃത കുടിയേറ്റക്കാരനായി കണക്കാക്കുകയില്ല എന്ന് സാരം. പൗര

ത്വനിയമം 1955 ലെ വകുപ്പ് 6 എയ്ക്ക് ശേഷം പുതിയ ഭാഗം കൂട്ടിച്ചേർത്തു. 6 ബി (1) രജിസ്ട്രേഷൻ സർട്ടിഫിക്കറ്റിനായോ, നാച്ചുറലൈസേഷൻ സർട്ടി ഫിക്കറ്റിനായോ 2-ാം വകുപ്പിലെ (1)-ാം ഉപവകുപ്പിലെ (ബി) ഖണ്ഡ ത്തിന്റെ ക്ലിപ്തനിബന്ധനയിൽ പരാമർശിച്ചിരിക്കുന്ന, ഒരു വ്യക്തി അപേക്ഷ സമർപ്പിക്കുന്ന പക്ഷം ആയത് കേന്ദ്രഗവൺമെന്റ് അല്ലെങ്കിൽ കേന്ദ്ര ഗവൺമെന്റ് നിർണ്ണയിക്കുന്ന അധികാര സ്ഥാനം, നിർദ്ദേശിക്ക പ്പെടുന്ന വ്യവസ്ഥകൾക്കും, നിയന്ത്രണങ്ങൾക്കും, രീതിക്കും വിധേയമായി നല്കേണ്ടതാണ്. (2) (1)-ാം ഉപവകുപ്പുപ്രകാരം രജിസ്ട്രേഷൻ, സർട്ടി ഫിക്കറ്റ് അല്ലെങ്കിൽ നാച്ചുറലൈസേഷൻ സർട്ടിഫിക്കറ്റ് അനുവദിച്ചു നല്കപ്പെട്ട ഒരു വ്യക്തിയെ, 5-ാം വകുപ്പിൽ നിഷ്കർഷിക്കുന്ന വ്യവസ്ഥ കളും, 3-ാം പട്ടികയിലെ വ്യവസ്ഥകൾ പ്രകാരമുള്ള നാച്ചുറലൈസേഷ നുള്ള യോഗ്യതകളും പാലിക്കുന്ന പക്ഷം, ആ വ്യക്തിയെ ഇന്ത്യയിൽ പ്രവേശിച്ച തീയതി മുതൽ ഇന്ത്യൻ പൗരനായി കണക്കാക്കുന്നതാണ്. ഒരു വ്യക്തിക്കെതിരെ അനധികൃത കുടിയേറ്റം അല്ലെങ്കിൽ പൗരത്വം എന്നിവ സംബന്ധിച്ച് ഏതെങ്കിലും നടപടികൾ തുടരുന്നുവെങ്കിൽ, ആ വ്യക്തിക്ക് പൗരത്വം നല്കുന്നതോടുകൂടി അത് അവസാനിക്കുന്നതാണ് എന്നും നിയമത്തിലുണ്ട്. എന്നാൽ അപ്രകാരമുള്ള വ്യക്തിക്കെതിരെ നട പടികൾ തുടരുന്നുവെന്നതിനാൽ അയാളെ പൗരത്വത്തിനുള്ള അപേക്ഷ സമർപ്പിക്കുന്നതിൽനിന്നും കേന്ദ്രഗവൺമെന്റോ, കേന്ദ്രഗവൺമെന്റ് ആയ തിനുവേണ്ടി നിർണ്ണയിക്കുന്ന അധികാര സ്ഥാനമോ, ആ വ്യക്തി അന്യഥാ ഈ വകുപ്പിൻ പ്രകാരം പൗരത്വം നല്കുന്നതിന് യോഗ്യനാണെന്ന് ബോധ്യപ്പെടുന്ന പക്ഷം ഇക്കാരണത്താൽ ആ വ്യക്തിയുടെ അപേക്ഷ നിരസിക്കാവുന്നതല്ലാത്തതുമാണ്.

ഭരണഘടനയുടെ 6-ാം പട്ടികയിൽ ഉൾപ്പെടുത്തിയിരിക്കുന്ന ആസാം, മേഘാലയ, മിസോറാം അല്ലെങ്കിൽ ത്രിപുര എന്നിവിടങ്ങളിലെ ഗോത്ര വർഗ്ഗ പ്രദേശങ്ങൾക്കും 1873-ലെ ബംഗാൾ ഈസ്റ്റേൺ ഫ്രൊണ്ടിയർ റഗു ലേഷനുകീഴിൽ ഇന്നർ ലൈൻ ആയി വിജ്ഞാപനം ചെയ്തിരിക്കുന്ന പ്രദേശങ്ങൾക്കും ഈ വകുപ്പ് ബാധകമല്ല എന്നാണ് നിയമത്തിൽ വിശ ദീകരിക്കുന്നത്.

മുസ്ലീം സമൂഹത്തെ പൂർണ്ണമായി ഒഴിവാക്കിക്കൊണ്ടാണ് ഈ നിയമം നിർമ്മിക്കപ്പെട്ടിരിക്കുന്നത്. വ്യത്യസ്ത മതവിഭാഗങ്ങളിൽപ്പെട്ടവർ അഭ യാർത്ഥികളായി ഇന്ത്യയിലുണ്ട്. അഭയാർത്ഥികളെ മതത്തിന്റെ പേരിൽ വിഭജിക്കുന്ന നയമാണ് നടപ്പിലാവാൻ പോവുന്നത്. ഭരണഘടനാ മൂല്യ ങ്ങൾക്ക് എതിരായ നിലപാടാണ് കേന്ദ്രസർക്കാർ സ്വീകരിക്കുന്നത്. നിയ മത്തിൽ പരാമർശിക്കപ്പെട്ട രാജ്യങ്ങൾക്ക് പുറമെ മറ്റ് പല അയൽരാജ്യ ങ്ങളിൽനിന്നും വന്ന്, പതിറ്റാണ്ടുകളായി ഇവിടെ കഴിയുന്ന അഭയാർത്ഥി കളുമുണ്ട്. നിയമത്തിന് മുന്നിൽ തുല്യതയ്ക്കുള്ള അവകാശം പൗര ന്മാർക്കെന്നപോലെ അഭയാർത്ഥികൾക്കുമുണ്ട്. ചിലരെ മാത്രം ഉൾക്കൊ ള്ളുകയും ചിലരെ പുറത്താക്കുകയും ചെയ്യുന്നത് തുല്യതാ സങ്കല്പങ്ങ ളുടെ ലംഘനമാണ്. ഓവർസീസ് സിറ്റിസൺസ് ഓഫ് ഇന്ത്യ കാർഡ്

ഹോൾഡർമാരെയും നേരിട്ട് ബാധിക്കുന്ന വ്യവസ്ഥ പുതിയ നിയമത്തി ലുണ്ട്.

പുതിയ സാഹചര്യം

ഇന്ത്യയിൽ ജീവിക്കുന്നവരുടെ രേഖകൾ പരിശോധിച്ച് അതിന്റെ അടിസ്ഥാനത്തിൽ പൗരത്വം ഉറപ്പുവരുത്തുകയോ അല്ലെങ്കിൽ പൗരത്വത്തിൽ നിന്ന് ഒഴിവാക്കുകയോ ചെയ്യുന്നതാണ് എൻ ആർ സിയുടെ നടപടി. സർക്കാർ നിശ്ചയിക്കുന്ന തീയതി ആണ് മാനദണ്ഡം. (ബംഗ്ലാദേശ് രൂപീകരണമായ 1971 എന്ന വർഷമാണ് ആസാമിൽ എൻ. ആർ.സിക്ക് പരിഗണിച്ചത്). സർക്കാർ നിശ്ചയിക്കുന്ന തീയതിക്ക് ശേഷമാണ് അയാൾ ജനിച്ചതെങ്കിൽ അയാളുടെ അച്ഛൻ/മുത്തച്ഛൻ അതു പോലെ നേർബന്ധമുള്ളവർ ആ തീയതിക്കു മുമ്പ് ഇന്ത്യയിലുണ്ടായി രുന്നു എന്ന് തെളിയിക്കാനുള്ള രേഖ അയാൾ സമർപ്പിക്കണം. സ്വാതന്ത്ര്യം ലഭിച്ച് നീണ്ട കാലത്തിന് ശേഷമാണ് ജനന–മരണ രജിസ്ട്രേ ഷൻ തന്നെ നിർബ്ബന്ധമാക്കിയത്. ഒരു നീണ്ടകാലത്തിന് മുമ്പുള്ള പൂർവ്വി കരുടെ രേഖകൾ സംഘടിപ്പിക്കുക പ്രയാസമാണ്. മഹാഭൂരിപക്ഷം സാധാരണക്കാരുടെയും അവസ്ഥ പരുങ്ങലിലാവും. സ്വാതന്ത്ര്യത്തിനു മുമ്പും ശേഷവും രേഖകളോ ആനുകൂല്യമോ ഇല്ലാതെ അടിമസമാനമായ ജീവിതം നയിക്കേണ്ടി വന്ന ലക്ഷക്കണക്കിന് ജനങ്ങളുണ്ട്. ജന്മിമാരുടെ കൃഷിഭൂമിയിൽ കഠിനാദ്ധ്വാനം ചെയ്തിട്ടും ഒരു തുണ്ട് ഭൂമിക്ക് അവകാശമില്ലാതിരുന്ന ദരിദ്രർ. ഭൂപരിഷ്കരണം പോലുള്ള നടപടികൾ മൂലം ഭൂമിക്ക് മേൽ അവകാശം ലഭിച്ചവരോട്, അതിന് മുമ്പുള്ള പൂർവ്വിക രുടെ ഭൂരേഖകൾ ആരാഞ്ഞാൽ അവരെന്ത് മറുപടി നൽകും?

എല്ലാ വിഭാഗത്തിലെയുംപെട്ട സാധാരണക്കാരാണ് ദുരിതം അനു ഭവിക്കേണ്ടി വരിക.

പൗരത്വനിയമവും പൗരത്വപട്ടികയും:

പൗരത്വ നിയമത്തിന് പൗരത്വ പട്ടികയുമായി ബന്ധമുണ്ട്. ആസാമിലെ പൗരത്വപട്ടിക നിലവിൽ വന്നപ്പോൾ 19 ലക്ഷത്തിലധികം പേർ പൗരന്മാരല്ലാതായി. ഇതിൽ മുസ്ലീങ്ങളും ഹിന്ദുക്കളും മറ്റു വിഭാ ഗക്കാരും ഉൾപ്പെട്ടിട്ടുണ്ട്. എന്നാൽ ഇതിൽ വരുന്ന മുസ്ലീങ്ങൾ ഒഴികെ യുള്ളവർക്ക് പുതിയ നിയമപ്രകാരം (CAA) പൗരത്വം ലഭിക്കും. മുസ്ലീ ങ്ങൾക്ക് പൗരത്വത്തിന് അർഹതയില്ല. ബംഗ്ലാദേശ് രൂപീകരണ വർഷമായ 1971 നു മുമ്പ് വ്യക്തികൾ/അവരുടെ പൂർവ്വികർ ഇന്ത്യയിലുണ്ടായിരുന്നു എന്ന് തെളിയിക്കാൻ രേഖകൾ സമർപ്പിച്ചാൽ മാത്രം ആസാമിലെ പൗരത്വ പട്ടികയിൽ സ്ഥാനം ലഭിക്കും എന്നതായിരുന്നു വ്യവസ്ഥ. രേഖകൾ നഷ്ട പ്പെട്ടവരും/അത് സമർപ്പിക്കാൻ കഴിയാത്തവരും/സമർപ്പിച്ച രേഖകൾ തന്നെ സ്വീകരിക്കപ്പെടാത്ത സാഹചര്യത്തിലും 19 ലക്ഷത്തിലധികം പേർ പൗരത്വത്തിന് പുറത്തായി. അഭയാർത്ഥികളായ മുസ്ലീം ഒഴികെ, മറ്റ് മതസ്ഥരുടെ മതനാമം എടുത്തു പറയുകയും അവർക്ക് ഇന്ത്യൻ പൗരത്വം

കൊടുക്കുമെന്നും ആഭ്യന്തരമന്ത്രി അമിത് ഷാ നേരത്തേ തന്നെ വിശദീകരിച്ചിട്ടുണ്ട്. പൗരത്വത്തിന് പുറത്താവുന്നവരെ (അഥവാ മുസ്ലീങ്ങൾ) ഡിറ്റൻഷൻ ക്യാമ്പുകളിൽ അടയ്ക്കലാണ് ലക്ഷ്യം. നിലവിൽ ആസാമിൽ ഏഴ് ക്യാമ്പുകൾ ഉണ്ടെന്നും വിദേശിയെന്ന് മുദ്ര കുത്തപ്പെട്ട് ആയിരത്തിനടുത്ത് ആളുകളെ ക്യാമ്പുകളിൽ പാർപ്പിച്ചിരിക്കുന്നതായും റിപ്പോർട്ട് വന്നിട്ടുണ്ട്. കർണ്ണാടകത്തിൽ പുതിയ ക്യാമ്പ് നിർമ്മിക്കുന്ന വാർത്ത പുറത്തുവന്നു. ഇന്ത്യയിൽ എല്ലായിടത്തും എൻ ആർ സി നട പ്പാക്കാനാണ് ബി ജെ പിയുടെ നീക്കം. ന്യൂനപക്ഷങ്ങൾ മാത്രമല്ല പാവ പ്പെട്ടവർ മുഴുവൻ ഇതിന്റെ ഇരകളാവും. നാടോടികൾ, യാചകർ, സ്വന്ത മായി ഭൂമിയോ വീടോ ഇല്ലാത്തവർ ഒക്കെയും ദുരിതംപേറും. മദ്ധ്യപ്രദേ ശിൽ മാത്രം നാടോടികളായ 60 ലക്ഷം പേരെ ഇത് ബാധിക്കും. കൂലി പ്പണി ഉൾപ്പെടെയുള്ള തൊഴിലെടുക്കുന്നവരാണ് നാടോടികൾ. 2008 ലെ രങ്ക കമ്മിറ്റി റിപ്പോർട്ട് അനുസരിച്ച് രാജ്യത്ത് 11 കോടി പേർ ഈ വിഭാഗ ത്തിലുണ്ട്.

പൗരത്വപട്ടികയും ജനസംഖ്യപട്ടികയും:

അനധികൃത കുടിയേറ്റക്കാരെ കണ്ടെത്തുന്നതിനായി പൗരത്വ പട്ടിക ഉണ്ടാക്കണമെന്ന കാര്യം, 2003 ലെ എൻ ഡി എ സർക്കാർ പൗരത്വ നിയമത്തിന്റെ ഭാഗമാക്കി. തുടർന്നാണ് ജനസംഖ്യ രജിസ്റ്റർ നടപ്പാക്ക ണമെന്ന് തീരുമാനിച്ചത്. ഇന്ത്യയിൽ താമസിക്കുന്നവരുടെ ജന്മസ്ഥലം, ഗൃഹനാഥനുമായുള്ള ബന്ധം, ഏത് രാജ്യത്തെ പൗരൻ തുടങ്ങിയ നിര വധി വിവരങ്ങളാണ് ശേഖരിക്കുന്നത്. 2011 ലെ സെൻസസ് തയ്യാറാക്കുന്ന തിനോടൊപ്പം ദേശീയ ജനസംഖ്യാ കണക്കെടുപ്പ് (എൻ പി ആർ) വിവരശേഖരണം നടന്നു. മോദി സർക്കാർ മറ്റു ചില ചോദ്യങ്ങൾ കൂടി ചേർത്തു അതാണ് വിവാദമായിരിക്കുന്നത്. മാതാപിതാക്കൾ എവിടെ ജനിച്ചു, അവരുടെ ജനന തീയതി തുടങ്ങിയ ചോദ്യങ്ങളും അവസാനം താമസിച്ച സ്ഥലം എവിടെയാണ് എന്ന ചോദ്യവും ഉന്നയിക്കപ്പെട്ടു. പൗരത്വ നിയമത്തിന്റെ ഭാഗമായുള്ള ചട്ടപ്രകാരം, രജിസ്ട്രാർ ജനറൽ എൻ ആർ സിക്ക് രൂപംകൊടുക്കണമെന്നും എൻ പി ആർ പരിശോധിച്ച് ആയിരിക്കണം പ്രാദേശികമായ പൗരത്വപട്ടിക നിർമ്മിക്കേണ്ടതെന്നും എടുത്തുപറയുന്നു. പൗരത്വപട്ടികയും ജനസംഖ്യപട്ടികയും തമ്മിലുള്ള ബന്ധം വ്യക്തമാക്കാൻ ഇതിലും വലിയ തെളിവ് ആവശ്യമില്ല.

വിയോജിപ്പുകൾ ശക്തിപ്പെടുന്നു:

പൗരത്വ (ഭേദഗതി) നിയമത്തിനെതിരെ ഇന്ത്യയിലെ പ്രമുഖ സർവ്വ കലാശാലകളിലെ വിദ്യാർത്ഥികളും അദ്ധ്യാപകരും ചരിത്രകാരന്മാരും ശാസ്ത്ര ജ്ഞരും എഴുത്തുകാരും ചലച്ചിത്ര, സാംസ്കാരിക പ്രവർത്തകരും രംഗത്തുവന്നു. എല്ലാ സംസ്ഥാനങ്ങളിലും പ്രക്ഷോഭം നട ക്കുകയാണ്. പതിനാല് സംസ്ഥാന മുഖ്യമന്ത്രിമാർ ഈ നിയമത്തിനെ തിരെ ശക്തമായി പ്രതികരിച്ചു. നിയമം കേരളത്തിൽ നടപ്പാക്കില്ല എന്ന്

മുഖ്യമന്ത്രി പിണറായി വിജയൻ പ്രഖ്യാപിച്ചു. നിയമത്തിനെതിരെ പാർല
മെന്റിലെ പ്രതിപക്ഷ കക്ഷികൾ ഒറ്റക്കെട്ടായി ശബ്ദമുയർത്തി. നിയമം
റദ്ദാക്കണമെന്ന് ആവശ്യപ്പെട്ട് കേരള നിയമസഭ പ്രമേയം പാസാക്കി.
ഇക്കാര്യത്തിൽ കേരളത്തെ മാതൃകയാക്കണമെന്ന് തമിഴ്‌നാട് പ്രതിപക്ഷ
നേതാവ് എം കെ സ്റ്റാലിൻ ആഹ്വാനം ചെയ്തു. രാജ്യത്ത് വിദ്യാർത്ഥി
-യുവജന സമരം നടന്നുവരുന്നു. ജാമിയമില്ലിയ സർവ്വകലാശാലയിൽ,
പ്രതിഷേധം സംഘടിപ്പിച്ച വിദ്യാർത്ഥികൾക്കെതിരെ ക്രൂരമായ
ലാത്തിച്ചാർജ്ജും വെടിവയ്പ്പുമുണ്ടായി. വിദ്യാർത്ഥികളെ മർദ്ദിച്ചവ
ശരാക്കി. രാജ്യത്ത് നടന്ന പ്രതിഷേധത്തിനിടയിൽ പ്രശസ്ത ചരിത്രകാരൻ
രാമചന്ദ്രഗുഹയെ വരെ അറസ്റ്റ് ചെയ്തു. സീതാറാം യെച്ചൂരിയും പ്രകാശ്
കാരാട്ടും ഡി രാജയും ബൃന്ദ കാരാട്ടും അറസ്റ്റ് ചെയ്യപ്പെട്ടു. ഡൽഹിയിൽ
പ്രതിഷേധ പരിപാടി സംഘടിപ്പിച്ച ഡി വൈ എഫ് ഐ അഖിലേന്ത്യ
പ്രസിഡന്റ് പി എ മുഹമ്മദ് റിയാസ് ഉൾപ്പടെയുള്ളവരെ പൊലീസ് കസ്റ്റ
ഡിയിലെടുത്തു. വിവിധ സംസ്ഥാനങ്ങളിലായി പൊലീസ് വെടിവയ്പ്പിൽ
25 ലധികം പേർ കൊല്ലപ്പെട്ടു. കർണാടകയിലെ മംഗലാപുരത്ത് വാർത്ത
റിപ്പോർട്ട് ചെയ്യുകയായിരുന്ന മാധ്യമ പ്രവർത്തകരെ പൊലീസ് അറസ്റ്റ്
ചെയ്തു. മലയാളി മാധ്യമ പ്രവർത്തകരെ വേട്ടയാടി. അവരോട്
മോശമായി പെരുമാറുകയും ചെയ്തു.

ഇന്ത്യയിലെ മിക്കവാറും എല്ലാ നഗരങ്ങളിലും പ്രതിഷേധമുയരുക
യാണ്. ചെറു ഗ്രാമങ്ങളിൽപ്പോലും രാപ്പകൽ വ്യത്യാസമില്ലാത്ത പ്രതി
ഷേധം കനത്തു. ഉത്തർപ്രദേശിൽ സമരം ചെയ്തവർക്കെതിരെ കടുത്ത
പൊലീസ് നടപടിയാണ് സ്വീകരിക്കുന്നത്. ന്യൂനപക്ഷങ്ങളെയും സാധാ
രണക്കാരെയും സമാധാനപരമായി പ്രതിഷേധിച്ചവരെയും വീടുകയറി
അറസ്റ്റ് ചെയ്യുന്നു. കൈയിൽ കിട്ടുന്നവരെ മുഴുവൻ ക്രൂരമായി വേട്ട
യാടുന്നു. ഇന്ത്യയിലെ സംഭവങ്ങളെ അന്താരാഷ്ട്ര സമൂഹം വീക്ഷിക്കുക
യാണ്. പൗരത്വ നിയമത്തിനെതിരെ വിദേശ രാജ്യങ്ങളിലും പ്രതികരണം
ഉയർന്നു. അമേരിക്കയിൽ പെൻസിൽവാനിയയിലും ലോസ്എഞ്ചൽസിലും
പ്രതിഷേധ പരിപാടി നടന്നു. ജർമ്മനിയിൽ എട്ട് നഗരങ്ങളിൽ പ്രതിഷേധം
സംഘടിപ്പിച്ചു. കാനഡ, നെതർലാൻഡ്സ്, ഐർലന്റ്, സ്പെയിൻ,
ഫിൻലന്റ്, ഫ്രാൻസ്, സൗത്ത് ആഫ്രിക്ക, ബ്രിട്ടൺ എന്നീ രാജ്യങ്ങളിലും
നിരവധി നഗരങ്ങളിലും കൂട്ടായ്മകൾ നടന്നു.

മതനിരപേക്ഷതയും ജനാധിപത്യവും പ്രതിസന്ധിയിലാണ്. ജർ
മ്മനിയിൽ ജൂതന്മാർക്കും മറ്റ് ന്യൂനപക്ഷങ്ങൾക്കും എതിരെ ഹിറ്റ്ലർ
നടപ്പാക്കിയ കരിനിയമങ്ങൾ ഇപ്പോൾ ഓർമ്മിക്കാവുന്നതാണ്. നാസി
ഭരണത്തിൽ, വംശഹത്യക്ക് മുന്നോടിയായി നടത്തിയ തയ്യാറെടുപ്പുകൾ.
ചരിത്രത്തിലെ മുൻമാതൃകകൾ പരിശോധിക്കുമ്പോൾ ഭീതിദമായ കാല
ത്തേക്കുള്ള ദൂരം കുറഞ്ഞതായി മനസ്സിലാക്കേണ്ടിയിരിക്കുന്നു. ചിരിക്കുന്ന
വർ ഭയങ്കരമായ വാർത്ത കേൾക്കാനിരിക്കുന്നതേയുള്ളൂ – ബെർതോൾഡ്
ബ്രഹ്തിന്റെ വാക്കുകൾ ഓർക്കുക.

അഭയാർത്ഥികളെ വിഭജിക്കുന്നവരോട്

ലോകമെങ്ങുമുള്ള അഭയാർത്ഥികളുടെ ജീവിതാവസ്ഥ അത്യന്തം സങ്കടകരമാണ്. 2011 ൽ സിറിയൻ ആഭ്യന്തര കലാപത്തെത്തുടർന്ന് 40 ലക്ഷം പേര് രാജ്യം വിട്ടു. യൂറോപ്പിലെ പ്രധാന രാജ്യങ്ങളിലേക്ക് കുടി യേറി. മ്യാൻമാറിലെ 1982 ലെ പൗരത്വ നിയമപ്രകാരം റോഹിങ്ക്യൻ ന്യൂന പക്ഷത്തിന് പൗരത്വം നിഷേധിച്ചു. അവരിൽ ഏതാണ്ട് 4 ലക്ഷം പേര് 1996 ൽ ബംഗ്ലാദേശിലെത്തി. 40000 ത്തോളം പേര് ഇന്ത്യയിൽ അഭയാർ ത്ഥികളായെത്തി.1995 മുതൽ ടിബറ്റിൽനിന്ന് അഭയാർത്ഥികൾ വന്നു. ബംഗ്ലാദേശിലെ ചിറ്റഗോങ്ങിൽനിന്ന് ചക്മ, ഹജോംങ് വിഭാഗത്തിൽ പെട്ടവരും ഇന്ത്യയിലെത്തി. 1971 ലെ ബംഗ്ലാദേശ് രൂപീകരണ യുദ്ധ കാലത്താണ് ഏറ്റവുമധികം അഭയാർത്ഥി പ്രവാഹമുണ്ടായത്. കിഴക്കൻ പാകിസ്ഥാനിൽനിന്ന് ഇന്ത്യയിലേക്ക് അഭയാർത്ഥികളൊഴുകി വന്നു. പലപ്പോഴായി നേപ്പാളിൽനിന്ന് കുടിയേറിയവരുമുണ്ട്. പാകിസ്ഥാനിലെ ന്യൂനപക്ഷക്കാരായ ഹിന്ദുക്കളും അഹമ്മദിയ്യ മുസ്ലിങ്ങളും അഭയാർത്ഥി കളായി വന്നു. ശ്രീലങ്കയിലെ തമിഴ് വംശജർ അവിടെനിന്ന് കടുത്ത പീഡനംമൂലം ഇന്ത്യയിൽ അഭയാർത്ഥികളായി വന്നു.

പുതിയ പൗരത്വ നിയമം പാകിസ്ഥാൻ, അഫ്ഗാനിസ്ഥാൻ, ബംഗ്ലാദേശ് എന്നീ രാജ്യങ്ങളിൽനിന്നു 2014 ഡിസംബർ 31 നു മുമ്പ് വന്ന ഹിന്ദു, ക്രിസ്ത്യൻ, സിഖ്, ബൗദ്ധ, പാഴ്സി മതങ്ങളിൽപ്പെട്ടവർക്ക് പൗരത്വം നല്കുമെന്ന് പറയുന്നു.1955 ലെ പൗരത്വ നിയമമനുസരിച്ച്, വിദേശത്തുനിന്ന് നിയമസാധുതയുള്ള പാസ്പോർട്ട്, വിസ എന്നിവയി ല്ലാതെ വന്നവരും നിയമപരമായി ഇന്ത്യയിൽ താമസിക്കാനുള്ള രേഖ കളുടെ കാലാവധി കഴിഞ്ഞവരുമായ എല്ലാവരും 'അനധികൃത കുടിയേറ്റ' ക്കാരാണ്. ആ നിയമത്തിൽ ഏതെങ്കിലും മതത്തിൽപ്പെട്ടവർക്ക് പ്രത്യേക

പരിഗണനയില്ല. സവിശേഷമായ അവരുടെ പശ്ചാത്തലം മനസ്സിലാക്കി അവരെ അഭയാർത്ഥികളായി നാം കാണുന്നു. പതിറ്റാണ്ടുകളായി ഇവിടെ ജീവിക്കുന്നവർക്ക് മനുഷ്യത്വപരമായ പരിഗണന നല്കേണ്ടതാണ്. പൗര ത്വത്തിന് പരിഗണിക്കുന്ന വേളയിൽ മതത്തിന്റെയോ വംശത്തിന്റെയോ ജന്മദേശത്തിന്റെയോ പേരിൽ അവരിൽ ചിലരെ തിരസ്കരിക്കുന്നത് മനുഷ്യത്വവിരുദ്ധമാണ്. എവിടത്തെ നീതിയാണ്? ഭരണഘടന അനുച്ഛേദം 14 പ്രകാരം ഇന്ത്യക്കുള്ളിൽ കഴിയുന്ന ഏത് വ്യക്തിയും നിയമത്തിന് മുന്നിൽ സമന്മാരാണ്. അഭയാർത്ഥികളും ഈ അതിർത്തിക്കുള്ളിൽ തുല്യനീതിക്ക് അർഹരാണ്. ഭരണഘടനയുടെ അടിസ്ഥാന ചട്ടക്കൂടിന് വിരുദ്ധമായ നിയമങ്ങൾ നിലനില്ക്കില്ല എന്ന് നിരവധി കേസുകളിൽ പരമോന്നത നീതിപീഠം വിധിച്ചിട്ടുണ്ട്. അഭയാർത്ഥികളായ മുസ്ലീങ്ങളോ ടൊപ്പം പൗരത്വം നിഷേധിക്കപ്പെട്ട പ്രധാനവിഭാഗം തമിഴ് വംശജരാണ്.

ശ്രീലങ്കൻ അഭയാർത്ഥികൾ

വർഷങ്ങളായി ഇന്ത്യയിൽ ജീവിക്കുന്ന ശ്രീലങ്കയിൽനിന്നുള്ള തമിഴ് അഭയാർത്ഥികൾക്കും പുതിയ പൗരത്വ നിയമത്തിൽ സ്ഥാനമില്ല. ദ്രാവിഡ ജനതയായതുകൊണ്ടാണോ അവരെ അവഗണിച്ചത്? നമ്മുടെ തന്നെ സഹോദരങ്ങളല്ലേ അവരും. 1983–2012 കാലത്ത്, ശ്രീലങ്കയിലെ വംശീയ അതിക്രമത്തിന് ഇരകളായ ഒരു ലക്ഷത്തിനടുത്ത് തമിഴരാണ് ഇന്ത്യയി ലേക്ക് രക്ഷപ്പെട്ടത്. ഇനി അവർക്ക് തിരിച്ചുപോകാനാവില്ല. മഹാഭൂരി പക്ഷം വരുന്നവർ ഹിന്ദുവിഭാഗക്കാരായ അഭയാർത്ഥികളാണ്. ക്രിസ്ത്യാ നികളുമുണ്ട്.

ടി ഡി രാമകൃഷ്ണന്റെ നോവൽ *സുഗന്ധി എന്ന ആണ്ടാൾ ദേവനായകി* മറിച്ചു നോക്കിയാലറിയാം വംശീയ സംഘർഷത്തിന്റെ വ്യാപ്തി. മണിരത്നത്തിന്റെ *കന്നത്തിൽ മുത്തമിട്ടാൽ* പ്രകാശിപ്പി ക്കുന്നതും അരക്ഷിതരായ തമിഴ് ജനതയുടെ പ്രശ്നങ്ങളാണ്.

ഇന്ത്യയുമായി സമുദ്രാതിർത്തി പങ്കിടുന്ന നാടാണ് ശ്രീലങ്ക. ഭക്ഷണം, വസ്ത്രം, സംസ്കാരം എല്ലാത്തിലും തമിഴ് – കേരള ജനത യുമായി അടുത്ത് നില്ക്കുന്നു. എ കെ ജിയും ശ്രീനാരായണ ഗുരുവും ലങ്കയിൽ എത്തിയിട്ടുണ്ട്. സിലോൺ റേഡിയോയിൽ അടുത്ത കാലംവരെ മലയാളം പ്രക്ഷേപണം ഉണ്ടായിരുന്നു. പണ്ട് നമ്മുടെ നാട്ടിലെ ഒരു റെയിൽവേ സ്റ്റേഷനിൽനിന്ന് ടിക്കറ്റെടുത്ത് അതുമായി ശ്രീലങ്കയിലെ കൊളംബോ വരെ യാത്ര ചെയ്യാമായിരുന്നു. ബോട്ട്മെയിൽ എന്നാണ് ആ സർവ്വീസിന്റെ പേര്. ഒരൊറ്റ ടിക്കറ്റിൽ ചെന്നെയിൽനിന്ന് ധനുഷ് കോടിവരെ ട്രെയിനിലും അവിടുന്ന് ലങ്കയിലെ തലൈമാന്നാർ വരെ എസ് എസ് ഇർവിൻ എന്ന ആവിക്കപ്പലിലും തുടർന്ന് കൊളംബോവരെ ട്രെയി നിലും എത്താവുന്നത്ര യാത്രാ സൗകര്യം. 1964 ഡിസംബർ 22 ന് വീശി യടിച്ച ചുഴലിക്കാറ്റിൽ ധനുഷ് കോടി പട്ടണവും അതിലൂടെ വന്ന ട്രെയിനും റെയിൽവേപ്പാളവും തകർന്ന് തരിപ്പണമായി. അനേകം

ആളുകൾ മരണമടഞ്ഞു. അതോടെ ശ്രീലങ്കയിലേക്കുള്ള 'ബോട്ട് മെയിൽ' സർവ്വീസ് നിർത്തലാക്കി.

നീണ്ട കാലത്തെ സംഘർഷങ്ങൾ നേരിട്ട ജനതയാണ് ലങ്കയിലേത്. എത്ര വലിയ വംശീയ അതിക്രമമായിരുന്നു അരങ്ങേറിയത്. തമിഴ് വംശ ജർക്കെതിരെ, ബുദ്ധിസ്റ്റ് സിംഹള വർഗ്ഗീയതയുടെ ഭ്രാന്തമായ ആക്ര മണങ്ങൾ. ആയിരക്കണക്കിന് തമിഴരാണ് കൊല്ലപ്പെട്ടത്. പ്രതിരോധം എന്ന നിലയിൽ ആരംഭിച്ച തമിഴ് ഈഴം വിടുതലൈ പുലികൾ പിന്നീട് ഹിംസാത്മക വിധ്വംസക പ്രവർത്തനങ്ങൾ നടത്തുന്ന ഭീകര പ്രസ്ഥാ നമായി വളർന്നു. അവരെ ഒതുക്കാനെന്ന പേരിൽ സൈന്യം നടത്തിയ ചെയ്തികളിൽ, നിരപരാധികളായ തമിഴർ പോലും ഇരകളാക്കപ്പെട്ടു. തമിഴർക്കും സിംഹളർക്കും ഇടയിൽ സഹവർത്തിത്വത്തിന് വേണ്ടി പ്രവർ ത്തിച്ച സമാധാനവാദികളും ആക്രമിക്കപ്പെട്ടു. ടി ഡി രാമകൃഷ്ണന്റെ പുസ്തകം ലങ്കയുടെ ചരിത്ര – വർത്തമാനവും നമ്മുടെ നാടുമായുള്ള ബന്ധവും മിത്തും യാഥാർത്ഥ്യവും നമ്മളനുഭവിച്ചിട്ടില്ലാത്ത കൊടുംക്രൂര തകളും വിവരിക്കുന്നു. സൈന്യവും എൽ ടി ടിയും രണ്ട് ദിശകളിൽനിന്ന് ആക്രമിച്ചപ്പോൾ അതിനിടയിൽപ്പെട്ട് ക്രൂശിതരായ സമാധാന പ്രവർ ത്തകർ, ന്യൂനപക്ഷങ്ങൾ, ബുദ്ധിജീവികൾ, എഴുത്തുകാർ എന്നിവരുടെ പതിഞ്ഞ ശബ്ദവും കേൾക്കാം. തമിഴ്നാട്ടിൽ ശ്രീലങ്കൻ അഭയാർത്ഥി കൾക്കായി 107 ക്യാമ്പുകളുണ്ട്. 60000 പേർ ക്യാമ്പിലുണ്ട്. ക്യാമ്പിന് പുറത്ത് ദുരിത ജീവിതം നയിക്കുന്നവർ വേറെയും. അഭയാർത്ഥികൾക്ക് കടുത്ത വിലക്കുകളും നിയന്ത്രണങ്ങളുമുണ്ട്. അഭയാർത്ഥികളിൽ കാൽല ക്ഷത്തോളം കുട്ടികളുണ്ട്.

മ്യാൻമാറിൽ നിന്നുവന്ന റോഹിങ്ക്യൻ വിഭാഗം

ലോകത്തെ ഏറ്റവും വേദന അനുഭവിക്കുന്ന ജനസമൂഹമാണ് റോഹിങ്ക്യൻ വംശജർ. മ്യാൻമാറിലെ റാഖെയ്ൻ മേഖലയിലാണ് അവർ ജനിച്ചുവളർന്നത്. ബുദ്ധിസ്റ്റ് വിഭാഗങ്ങൾ ഭൂരിപക്ഷമുള്ള മ്യാൻമറിൽ കടുത്ത വംശീയ പീഡനമാണ് റോഹിങ്ക്യൻ മുസ്ലീങ്ങൾ നേരിട്ടത്. പതി നൊന്ന് ലക്ഷം പേർ ഉണ്ടായിരുന്നു. സ്വന്തം ഭാഷയും സംസ്കാരവുമുള്ള മനുഷ്യർ. 1982 ലെ മ്യാൻമാർ നിയമപ്രകാരം പൗരത്വം നിഷേധിക്കപ്പെട്ട വിഭാഗമാണ്. 2014 ലെ സെൻസസ് പ്രകാരവും റോഹിങ്ക്യക്കാർക്ക് അവിടെ സ്ഥാനമില്ല. ബംഗാളിപാരമ്പര്യം പേറുന്ന അനധികൃത കടന്നുകയറ്റക്കാ രായി അവർ ആക്ഷേപിക്കപ്പെടുന്നു. 2017 ൽ പട്ടാളവുമായുണ്ടായ ഏറ്റു മുട്ടലിൽ ആയിരക്കണക്കിന് റോഹിങ്ക്യൻ വംശജർ കൊല്ലപ്പെട്ടു. നീണ്ട കാലത്തെ പീഡനം. തൊട്ടടുത്തുള്ള രാജ്യമായ ബംഗ്ലാദേശിലേക്ക് അവർ അഭയാർത്ഥികളായെത്തി. ഏതാണ്ട് 6 ലക്ഷം പേർ. ഇന്ത്യയിലേക്കും അവർ എത്തി. ഇപ്പോൾ നാല്പതിനായിരം പേർ ഇന്ത്യയിലുണ്ട്. യു എൻ കാർഡ് ഉള്ളവരും ഇല്ലാത്തവരും അത്യന്തം ദുഃഖകരമായ ജീവിതം നയി ക്കുന്നു. ഈ വിഭാഗത്തെ രാജ്യത്തുനിന്ന് ഉടൻ പുറത്താക്കണമെന്നാണ്

ബി ജെ പി ആവശ്യപ്പെടുന്നത്. കേന്ദ്രസർക്കാർ സുപ്രീംകോടതിയിൽ ഈ നിലപാട് ആവർത്തിക്കുകയും ചെയ്തു. കുട്ടികളും വൃദ്ധരും സ്ത്രീകളും ഉൾപ്പെടെ അഭയാർത്ഥി ക്യാമ്പിൽ കഴിയുന്നവർ. പുതിയ പൗരത്വ ഭേദഗതിയിൽ മ്യാൻമാറിൽ നിന്നുവന്ന അഭയാർത്ഥികൾക്ക് പൗരത്വം കൊടുക്കാൻ വ്യവസ്ഥയില്ല. അയൽരാജ്യങ്ങളിൽനിന്ന് മതപീ ഡനം മൂലം വന്നവർക്ക് പൗരത്വം കൊടുക്കുമെന്ന് പറയുന്ന നിയമം – റോഹിങ്ക്യൻ വംശജരെ ഒഴിവാക്കിയത് വിവേചനപരമാണ്.

പാകിസ്ഥാനിൽ നിന്നുവന്ന അഹമ്മദിയ്യർ

പാകിസ്ഥാനിലെ വംശീയ പീഡനം അനുഭവിക്കുന്നവരാണ് അഹ മ്മദിയ വിഭാഗം. മുഖ്യധാര മുസ്ലീങ്ങളായി പരിഗണിക്കപ്പെടാത്തവരാണ്. മിർസ ഗുലാം അഹമ്മദ് എന്നയാളെ ദൈവത്തിന്റെ പ്രവാചകനായി വിശ്വ സിക്കുന്നവരാണ്. നിരവധി രാജ്യങ്ങളിൽ അഹമ്മദിയ വിഭാഗക്കാരുണ്ട്. മുഹമ്മദ് നബിയെയാണ് അന്ത്യപ്രവാചകനായി പൊതുവിൽ മുസ്ലീങ്ങൾ കണക്കാക്കുന്നതെങ്കിലും, അഹമ്മദിയ വിഭാഗം മിർസാ ഗുലാം അഹ മ്മദിൽ വിശ്വാസമർപ്പിച്ചവരാണ്. അതുകൊണ്ടുതന്നെ പാകിസ്ഥാനിൽ അവർ കടുത്ത പീഡനം അനുഭവിക്കുന്നു. മുസ്ലീമെന്നുപോലും അവരെ അംഗീകരിക്കുന്നില്ല. നിരവധി അഹമ്മദീയർ ഇന്ത്യയിൽ അഭയാർത്ഥിക ളായിവന്നു. പുതിയ നിയമം അവരെയു പരിഗണിക്കുന്നില്ല. ഷിയ വിഭാ ഗക്കാരും പീഡനം അനുഭവിച്ച സമൂഹമാണ്.

നേപ്പാളിൽ നിന്നുവന്ന ഖൂർഖ വംശജർ, ഭൂട്ടാനിൽ നിന്നുവന്ന ക്രിസ്ത്യാനികൾ തുടങ്ങിയ വിഭാഗത്തിൽപ്പെട്ടവരും നിയമത്തിനു പുറ ത്താണ്. മനുഷ്യർ അഭയാർത്ഥികളാവുന്നതിന് പലവിധ കാരണങ്ങളുണ്ട്. യുദ്ധം, മതപീഡനം, വംശീയ അതിക്രമം, ദാരിദ്ര്യം, പട്ടിണി, തൊഴിലി ല്ലായ്മ തുടങ്ങിയ ഘടകങ്ങളാണ് ഇപ്രകാരമുള്ള അവസ്ഥ സൃഷ്ടിക്കു ന്നത്. 1966 – 71 കാലത്ത് ബംഗ്ലാദേശിൽ നിന്ന് ഹിന്ദുക്കളും മുസ്ലീങ്ങളും അഭയാർത്ഥികളായി ഇന്ത്യയിലെത്തി. മതത്തിന്റെ പേരിൽ ഒരു വിഭാ ഗത്തെ മാറ്റിനിർത്തുന്നത് എന്തുതരം യുക്തിയാണ്. ശ്രീലങ്ക, മ്യാൻമാർ തുടങ്ങി കടുത്ത വിവേചനങ്ങൾ റിപ്പോർട്ട് ചെയ്യപ്പെട്ട രാജ്യങ്ങളിൽനിന്നു വന്ന അഭയാർത്ഥികളെ പരിഗണിക്കാത്ത നിയമം തീർത്തും വിവേചന പരവുമാണ്.

ബഹുസ്വരതയും ജനാധിപത്യവും

ഇന്ത്യയിൽ വർദ്ധിച്ചുവരുന്ന ആൾക്കൂട്ട കൊലപാതകങ്ങളെ സംബ
ന്ധിച്ചും അതിക്രമങ്ങളെപ്പറ്റിയും അന്താരാഷ്ട്ര ഏജൻസികൾ മുന്നറി
യിപ്പ് തന്നിട്ടുണ്ട്. മുസ്ലീം, ദളിത് വിഭാഗത്തിൽപെട്ടവരാണ് ഇരകളാവു
ന്നത്. ഗോരക്ഷാ സംഘങ്ങൾ നടത്തിയ എൺപതിലധികം അതിക്രമ
ങ്ങൾ റിപ്പോർട്ട് ചെയ്തിട്ടുണ്ട്. കഴിഞ്ഞ അഞ്ച് വർഷത്തിനിടയിൽ നട
ന്നത് മുപ്പതിലധികം കൊലപാതകങ്ങൾ. ഗോരക്ഷാ സംഘങ്ങളെ നിരോ
ധിക്കണമെന്ന് ഒടുവിൽ സുപ്രീംകോടതിക്ക് പറയേണ്ടിവന്നു. വംശീയവും
വർഗ്ഗീയവുമായ വിവേചനങ്ങൾ, പെരുകുന്ന അസഹിഷ്ണുത എന്നിവ
യെക്കുറിച്ച് യു എൻ മനുഷ്യാവകാശ കൗൺസിൽ വിമർശനം ഉന്നയി
ച്ചിട്ടുണ്ട്. ലോകത്തിന്റെ കണ്ണാടിയിൽ ഇന്ത്യയുടെ മുഖം എങ്ങനെയാണ്
പ്രതിഫലിക്കപ്പെടുക? ചിന്തിക്കാവുന്ന വിഷയമാണ്.

ഭയചകിതരും അസ്വസ്ഥരുമായിക്കൊണ്ടിരിക്കുന്ന ന്യൂനപക്ഷങ്ങളെ
പ്പറ്റി ചർച്ചകൾ ഉയരുന്നത് സ്വാഭാവികമാണ്. 'മതനിരപേക്ഷത വിജയി
ക്കുന്നോ എന്നറിയാൻ ഭൂരിപക്ഷം എന്ത് ചിന്തിക്കുന്നു എന്നല്ല ന്യൂനപ
ക്ഷത്തിന് എന്ത് തോന്നുന്നു എന്നാണ് നോക്കേണ്ടത്' നെഹ്റുവിന്റെ
വാക്കുകളാണ്. ഇന്ത്യൻ ജനാധിപത്യം നേരിടുന്ന പ്രസക്തമായ ചോദ്യം,
ന്യൂനപക്ഷങ്ങളുടെ ഭാവിയെ സംബന്ധിച്ചാണ്. ചെറുതും ദുർബ്ബലവുമായ
ശബ്ദങ്ങൾ തിരിച്ചറിയപ്പെടേണ്ടതുണ്ട്. ഭൂരിപക്ഷ മതവർഗ്ഗീയത രൂപപ്പെ
ടുത്തുന്ന ആശയങ്ങൾ മറ്റുള്ളവർക്കുമേൽ അടിച്ചേൽപ്പിക്കാൻ അനുവ
ദിക്കരുത്. മതന്യൂനപക്ഷം, ദളിത്–ആദിവാസികൾ തുടങ്ങിയവരെല്ലാം
അവരെന്തായിരിക്കുന്നോ അക്കാരണം കൊണ്ട് വേട്ടയാടപ്പെടുകയാണ്.
ഇന്ത്യയെപ്പോലെ ഒരു മതനിരപേക്ഷ രാഷ്ട്രത്തിന്റെ അസ്തിത്വത്തെ
ശിഥിലീകരിക്കാനേ ഇത് ഇടയാക്കൂ.

ഓരോ രാജ്യത്തെയും ജനസംഖ്യയിൽ ഭൂരിപക്ഷം പേർ വിശ്വസി ക്കുന്ന മതമുണ്ടാവും. അതിന്റെ സാംസ്കാരികവും സാമൂഹികവും സാഹി തീയവുമായ സ്വാധീനം പ്രകടവുമായിരിക്കും. അതിലെ അംഗങ്ങളുമായി താരതമ്യപ്പെടുത്തിയാൽ വളരെ കുറഞ്ഞ അംഗങ്ങൾ മാത്രമുള്ള മറ്റ് മത വിഭാഗങ്ങളുമുണ്ടാവും. 'മതന്യൂനപക്ഷങ്ങൾ' എന്ന് അവരെ വിളിക്കാ വുന്നതാണ്. 1992 ലെ ഐക്യരാഷ്ട്രസഭയുടെ ന്യൂനപക്ഷ അവകാശ പ്രഖ്യാപനമാണ് ഈ ദിശയിലെ പ്രധാന ചുവടുവയ്പ്പ്. ഇന്ത്യയിലെ ന്യൂന പക്ഷങ്ങൾ മുസ്ലീം 17.22 കോടി, ക്രിസ്ത്യൻ – 2.78 കോടി, സിഖ് – 2.08 കോടി, ബുദ്ധിസ്റ്റുകൾ– 84.43 ലക്ഷം, ജൈനർ – 44.52 ലക്ഷം ഇപ്രകാര മാണ് നില. അവസരസമത്വം ഉറപ്പുവരുത്തിയും വിവേചനങ്ങളിൽ നിന്ന് പരിരക്ഷ നൽകിയും സാംസ്കാരിക വൈവിധ്യം അംഗീകരിച്ചും ന്യൂന പക്ഷങ്ങൾക്ക് ആത്മവിശ്വാസം നൽകേണ്ടത് സ്റ്റേറ്റിന്റെ ചുമതലയാണ്.

മതനിരപേക്ഷ ഭരണഘടന നിലനിൽക്കുന്ന മതത്തിന്റെ പേരിൽ യാതൊരു വിവേചനവും പാടില്ല എന്നതാണ് തത്വം. സാംസ്കാരിക-സാമൂഹിക-രാഷ്ട്രീയ അവകാശങ്ങൾ ന്യൂനപക്ഷ-ഭൂരിപക്ഷ വ്യത്യാസ മില്ലാതെ എല്ലാ പൗരന്മാർക്കും ഒരുപോലെ ബാധകമാണ്.

ഇന്ത്യയിലെ പ്രമുഖ മതന്യൂനപക്ഷമാണ് മുസ്ലീങ്ങൾ. എന്നാൽ ദക്ഷി ണേന്ത്യയിൽ വ്യാപാരികൾ എന്ന നിലയിൽ പ്രാദേശിക ജനവിഭാഗവു മായി സഹകരണം സ്ഥാപിച്ചുകൊണ്ടാണ് മുസ്ലീങ്ങൾ കടന്നുവരുന്നത്. ഉത്തരേന്ത്യയിലേക്കുള്ള വരവിന് മറ്റുപല കാരണങ്ങളുമുണ്ട്. ഹിന്ദു-മുസ്ലീം മൈത്രി എന്നത് നൂറ്റാണ്ടുകൾക്ക് മുമ്പേ പ്രചാരം നേടിയിരുന്നു. ഹിന്ദു വിഭാഗത്തിലെ രാജാക്കന്മാർക്ക് കീഴിൽ മുസ്ലീം സൈനികരും ഉദ്യോഗസ്ഥരും പ്രജകളുമുണ്ടായിരുന്നു. മുസ്ലീം ഭരണാധികാരികൾക്കു കീഴിൽ ഹിന്ദുക്കളും ജീവിച്ചു വന്നു. രണ്ട് മതങ്ങൾക്കും സ്വീകാര്യമായ ആരാധനാലയങ്ങൾ, പുണ്യവാന്മാർ, തീർത്ഥാടന കേന്ദ്രങ്ങൾ എന്നിവയുമുണ്ടായി. അക്ബർ ചക്രവർത്തി ഉൾപ്പെടെയുള്ളവർ മതസ ഹിഷ്ണുത ഉയർത്തിപ്പിടിച്ചിരുന്നു. 1857 ലെ ഒന്നാം സ്വാതന്ത്ര്യ സമര ത്തിൽ പങ്കെടുത്ത സമരഭടന്മാർ തങ്ങളുടെ ഭരണാധികാരിയായി അവ രോധിച്ചത് ബഹദൂർഷ സഫറിനെയാണ്. മുഗൾ വംശാവലിയിലെ അവ സാനത്തെ കണ്ണിയെ, തങ്ങളുടെ പ്രതിനിധിയായി അംഗീകരിക്കാൻ ഭൂരി പക്ഷം ഹിന്ദുക്കൾക്കും മടിയുണ്ടായില്ല. ഇന്ത്യയുടെ ദേശീയ സ്വാതന്ത്ര്യ പ്രക്ഷോഭത്തിലും ഖിലാഫത്ത് പ്രസ്ഥാനത്തിലും മതമൈത്രി ഒരു പ്രധാന ഘടകമായി. വിഭജിച്ചു ഭരിക്കുക എന്ന സിദ്ധാന്തത്തിലൂടെ മതപരമായ ഭിന്നിപ്പ് മുതലെടുത്തത് ബ്രിട്ടീഷുകാരാണ്. 1905 ലെ ബംഗാൾ വിഭജന ത്തിൽ ബ്രിട്ടീഷ് കൗശലം പ്രകടമായിരുന്നു. സ്വാതന്ത്ര്യ സമരകാലയള വിൽ ആർ എസ് എസ്, ഹിന്ദുമഹാസഭ തുടങ്ങിയ സംഘടനകൾ വർഗ്ഗീയ ചേരിതിരിവ് സൃഷ്ടിച്ചു. വരേണ്യവിഭാഗക്കാരും അധികാര തല്പരരു മായ മുസ്ലീങ്ങളെയാണ് ലീഗും മുഹമ്മദലി ജിന്നയുടെ പാകിസ്ഥാൻ വാദവും സ്വാധീനിച്ചത്. മുസ്ലീങ്ങളിലെ സാധാരണക്കാരും മതപണ്ഡി

തരും ഉൾപ്പെടെയുള്ളവർ വിഭജനത്തിന് എതിരായിരുന്നു. ഇന്ത്യൻ നാഷ ണൽ കോൺഗ്രസിലെ ഏറ്റവും കരുത്തുറ്റ ശബ്ദമായിരുന്ന മൗലാനാ അബ്ദുൽകലാം ആസാദ് വിഭജനത്തെ ശക്തമായി എതിർത്തു. വിഭജ നാനന്തരവും ലക്ഷണക്കിന് മുസ്ലീങ്ങൾ ഇന്ത്യയിൽ ജീവിക്കാൻ തീരു മാനിച്ചു. അതിനർത്ഥം ഇന്ത്യൻ മുസ്ലീങ്ങൾ ഒന്നടങ്കം പാക്കിസ്ഥാൻ രൂപീ കരണം ആഗ്രഹിച്ചവരല്ല എന്നാണ്. പക്ഷേ, പില്ക്കാലത്തും ഇന്ത്യൻ മുസ്ലീങ്ങളെ സംശയത്തിന്റെ നിഴലിൽ നിർത്താനാണ് സംഘപരിവാരം ശ്രമിച്ചത്. മുസ്ലീങ്ങളുടെ രാജ്യസ്നേഹത്തെ ചോദ്യം ചെയ്തും പാകി സ്ഥാനിലേക്ക് നാടുകടത്തുമെന്ന് ആക്രോശിച്ചും ഭീഷണികൾ ഇന്നും തുടരുകയാണ്.

രാജ്യത്ത് ആർ എസ് എസ് നടത്തിയ വർഗ്ഗീയ അതിക്രമങ്ങൾ, കലാ പങ്ങൾ എന്നിവ ന്യൂനപക്ഷങ്ങളെ ഭയപ്പെടുത്തി. 1992 ലെ അയോദ്ധ്യ സംഭവവും സംഘർഷങ്ങളും യുപിയെ മാത്രമല്ല ഇന്ത്യയെ മുഴുവൻ വേദനിപ്പിച്ചു. പത്രപ്രവർത്തകൻ കുൽദീപ് നയ്യാർ വിശദീകരിക്കുന്നു; ബാബറി ധ്വംസനത്തിന്റെ പ്രത്യാഘാതങ്ങളേറെയായിരുന്നു. ബാബറി മസ്ജിദ് തകർത്തതോടെ മുസ്ലീങ്ങൾ പിന്മാറിത്തുടങ്ങി. ഇന്ത്യൻ ജനാ ധിപത്യത്തിൽ സന്തോഷത്തോടെ ഊർജ്ജസ്വലരായി കഴിഞ്ഞുവന്നിരുന്ന മുസ്ലീങ്ങൾ ഒരു ന്യൂനപക്ഷമാണെന്ന് തങ്ങൾ ഇതോടെ തിരിച്ചറിഞ്ഞു വെന്ന് പറഞ്ഞുതുടങ്ങി. മതേതരത്വമുണ്ടെന്നും രാജ്യം മതേതരമാണെന്ന് പറഞ്ഞുകൊണ്ടിരിക്കുന്നുണ്ടെങ്കിലും തങ്ങൾ മതന്യൂനപക്ഷമാണെന്ന തോന്നൽ ബാബറി മസ്ജിദിന്റെ പതനത്തോടെയാണ് മുസ്ലീങ്ങളിൽ ഉണ്ടാ കുന്നത്. എണ്ണത്തിൽ പതിനേഴ് കോടിയിലേറെയുണ്ടെങ്കിലും ഇന്ന് തങ്ങളെ ആരും കണക്കിലെടുക്കുന്നില്ലയെന്ന് അവർ മനസ്സിലാക്കിയി ട്ടുണ്ട്.

തൊഴിലും സാമൂഹ്യ പദവിയും

ഇന്ത്യയിലെ മുസ്ലീങ്ങൾ നിരവധി പ്രതിസന്ധികളെ നേരിടുന്നു. പ്രധാനമായും മുസ്ലീം ജനസംഖ്യയുള്ള സംസ്ഥാനങ്ങളുടെ നില ഇപ്ര കാരമാണ്. ആസാം 34.2%, യുപി 19.2%, പശ്ചിമബംഗാൾ 16.87%, ബീഹാർ 14.5%, മഹാരാഷ്ട്ര 11.54%, കേരളം 25% ജാർഖണ്ഡ് 14.5%. മിക്കവാറും സംസ്ഥാനങ്ങളിൽ കുറഞ്ഞ നിലയിലാണെങ്കിലും മുസ്ലീം ജനസംഖ്യ യുണ്ട്. തൊഴിലിലും വിദ്യാഭ്യാസത്തിലുമുള്ള പിന്നോക്കാവസ്ഥ, പാർല മെന്ററി രംഗത്ത് കുറഞ്ഞുവരുന്ന പങ്കാളിത്തം, രാജ്യസ്നേഹി/രാജ്യ ദ്രോഹി ദ്വന്ദ്വം സൃഷ്ടിക്കുന്ന അപരവല്ക്കരണം തുടങ്ങിയ പ്രശ്ന ങ്ങൾക്ക് നടുവിലാണ് മുസ്ലീങ്ങൾ ജീവിക്കുന്നത്.

ദേശീയ സാമ്പിൾ സർവേയുടെ അറുപത്തിയെട്ടാം റൗണ്ട് കണക്ക് ആരെയും ഞെട്ടിക്കുന്നതാണ്. ദേശീയ മാധ്യമങ്ങൾ ഗൗരവപൂർവ്വം ഇത് ചർച്ച ചെയ്തു. നഗരങ്ങളിലെ 1000 മുസ്ലീങ്ങളിൽ 15 പേർക്കാണ് (പുരു ഷന്മാർ) ബിരുദാനന്തര ബിരുദമുള്ളത്. ബിരുദം നേടിയത് 1000 ൽ 71

പേരും. പ്ലസ് ടു പൂർത്തിയാക്കിയത് 90/1000 പേരും സ്ഥിരജോലിയുള്ളത് 288 പേർക്കുമാണ്. മറ്റ് സമുദായങ്ങളുമായി താരതമ്യപ്പെടുത്തുമ്പോൾ ഏറ്റവും ശോചനീയമായ സ്ഥിതിയാണ്. ഇന്ത്യൻ മുസ്ലീങ്ങളിൽ 75% വും സാമൂഹിക- സാമ്പത്തിക പിന്നോക്കാവസ്ഥയിൽ കഴിയുന്നവരാണ്. ഗൾഫ് പണത്തിന്റെ സ്വാധീനത്തിൽ മുസ്ലീങ്ങൾ ധനാഢ്യരായെന്നും ഇന്ത്യയിൽ ന്യൂനപക്ഷ പ്രീണനമാണെന്നും ഉള്ള സംഘപരിവാറിന്റെ ആരോപണങ്ങളിൽ യാതൊരു കഴമ്പുമില്ല. മുസ്ലീങ്ങളിൽ 67.42% തൊഴിൽ രഹിതരാണ്. ഉയർന്ന സർക്കാർ ഉദ്യോഗങ്ങളിലെ പ്രാധിനിധ്യം 5% നും താഴെയാണ്. ഉന്നത വിദ്യാഭ്യാസ പ്രവേശന നിരക്കിന്റെ കാര്യത്തിൽ ദേശീയ ശരാശരി 23.6% ആയിരിക്കുമ്പോൾ മുസ്ലീം വിഭാഗത്തിന്റേത് 3.8% മാണ്. പി ജി കോഴ്സ് പ്രവേശന നിരക്ക് മുസ്ലീങ്ങളിൽ (ദക്ഷിണേന്ത്യ യിൽ) പരമാവധി 7% വും ഉത്തരേന്ത്യയിൽ 3% വുമാണ്.ഇന്ത്യയിലെ സിവിൽ സർവ്വീസിലെ മുസ്ലീം പ്രാതിനിധ്യവും നന്നേ കുറവാണ്. ഫോറിൻ സർവ്വീസിൽ 1.8% വും പൊലീസ് സർവ്വീസിൽ 4% വും ആണ്. ഐ എ എസ്/ഐ പി എസ് എന്നിവിടങ്ങളിൽ നേരിട്ട് പ്രവേശിക്കുന്ന വരാണ് പ്രാതിനിധ്യത്തിൽ എറിയപങ്കും. സ്ഥാനക്കയറ്റം ലഭിച്ച് ഈ പദ വികൾ നേടുന്ന മുസ്ലീങ്ങൾ താരതമ്യേന കുറവാണ്. വിവിധ തൊഴിൽരം ഗങ്ങളിലെ പ്രാതിനിധ്യക്കുറവ് പരിഹരിക്കാനായി സച്ചാർകമ്മിറ്റി നിർദ്ദേ ശിച്ച തുല്യ അവസര കമ്മീഷൻ ഇതുവരെയും രൂപീകരിച്ചിട്ടില്ല. ജനസം ഖ്യാനുപാതികമായി സർക്കാർ സർവ്വീസുകളിൽ പങ്കാളിത്തത്തിനുള്ള അവസരം ന്യൂനപക്ഷങ്ങൾക്ക് ലഭിക്കേണ്ടതുണ്ട്. രാഷ്ട്രീയ പാർലമെന്ററി രംഗത്തെ പ്രാതിനിധ്യവും ചർച്ച ചെയ്യേണ്ടതാണ്.

ഇന്ത്യയിൽ രാഷ്ട്രപതി, ഉപരാഷ്ട്രപതി, നിരവധി കേന്ദ്രമന്ത്രിമാർ, മുഖ്യമന്ത്രിമാർ തുടങ്ങിയ പ്രധാന പദവികൾ മുസ്ലീം വിഭാഗത്തിൽ നിന്നു ള്ളവർ വഹിച്ചിരുന്നു. എന്നാൽ 545 അംഗ പാർലമെന്റിലെ ഇപ്പോഴത്തെ മുസ്ലീം പ്രാതിനിധ്യം 27 ആണ്. കേവലം 5% മാത്രം. അസം, കേരളം, ജമ്മുകാശ്മീർ, തമിഴ്നാട്, മഹാരാഷ്ട്ര, ബീഹാർ, പഞ്ചാബ്, പശ്ചിമബം ഗാൾ, ലക്ഷദീപ്, തെലങ്കാന, ഉത്തർപ്രദേശ് എന്നിവിടങ്ങളിൽ നിന്നാണ് ഈ പങ്കാളിത്തം. കഴിഞ്ഞ പാർലമെന്റ് തിരഞ്ഞെടുപ്പിൽ ഏറ്റവും കൂടു തൽ എം പിമാർ തിരഞ്ഞെടുക്കപ്പെട്ട രാഷ്ട്രീയ പാർട്ടി ബി ജെ പിയാണ്. എന്നാൽ ഒരാൾ പോലും മുസ്ലീം വിഭാഗത്തിൽ നിന്ന് ഉണ്ടായില്ല. 80 സീറ്റുള്ള യുപിയിൽ നിന്ന് 2014 ൽ ഒരാളാണ് മുസ്ലീം വിഭാഗത്തിൽ നിന്നുള്ള എം പിയായി ജനിച്ചത്. എതാണ്ട് 19.2% മുസ്ലീം പ്രാതിനിധ്യ മുള്ള സംസ്ഥാനമാണ് ഇത്. വികസനത്തിന് മാറ്റിവയ്ക്കുന്ന വിഹിത ത്തിന്റെ കാര്യത്തിലും ഈ വ്യത്യാസം പ്രകടമാണ്. 2018-19 ലെ കേന്ദ്ര ബഡ്ജറ്റിൽ ആകെ മാറ്റിവച്ചതിന്റെ 0.19 ശതമാനംമാത്രമാണ് ന്യൂനപ ക്ഷങ്ങൾക്ക് ഉള്ളത്. ന്യൂനപക്ഷ മേഖലയിൽ 2015 -16 ൽ 95% ധനവിനി യോഗമായിരുന്നെങ്കിൽ ഇപ്പോൾ 74% മായി കുറഞ്ഞു വായ്പനൽകുന്ന തിൽ വർദ്ധനവ് ഉണ്ടായിട്ടുണ്ടെങ്കിലും മുസ്ലീം വിഭാഗത്തിന് കാര്യമായ

ഗുണം ലഭിച്ചില്ല.

മുസ്ലീം ജനസംഖ്യ അസാധാരണമാംവിധം പെരുകുകയാണെന്ന പ്രചാരണമാണ് സംഘപരിവാർ നടത്തുന്നത്. എന്നാൽ വർദ്ധനവിന്റെ നിരക്ക് വളരെ കുറഞ്ഞുവരുന്നതായാണ് കഴിഞ്ഞ 30 വർഷത്തെ പഠന ങ്ങൾ തെളിയിക്കുന്നത്. 2015–16 ൽ മുസ്ലീം കുടുംബങ്ങളിലെ കുട്ടികളുടെ ശരാശരി എണ്ണം 2.6 ആണ്. 2005–06 ൽ 3.4 ആയിരുന്നു. 1998 –99 ൽ 3.6 ഉം 1992–93 ൽ 4.4 ഉം ആയിരുന്നു. ഗ്രാമങ്ങളിലെയും നഗരങ്ങളിലെയും ഏതാണ്ട് പകുതിയോളം മുസ്ലീം കുടുംബങ്ങളും ഇന്നും ദാരിദ്ര്യരേഖയ്ക്ക് താഴെയാണ്.

പ്രതീക്ഷകൾ അവസാനിക്കുന്നില്ല

നിരവധി വെല്ലുവിളികളുടെ നടുവിലാണ് മുസ്ലീം സമൂഹം ജീവി ക്കുന്നത്. എന്നാൽ പ്രതീക്ഷ കൈവിടുകയുമരുത്. ഇന്ത്യയിലെ സംഭവ ങ്ങളെ മുതലെടുത്തുകൊണ്ട് ജനങ്ങളെ ഭിന്നിപ്പിക്കാൻ പല ശക്തികളും ശ്രമിക്കുന്നു. ഇതിനെ ജാഗ്രതയോടെ കാണണം. വർഗ്ഗീയതയെ ജനങ്ങൾ ഒറ്റക്കെട്ടായി നേരിടണം. ഭൂരിപക്ഷ വർഗ്ഗീയതയ്ക്ക് ഇന്ത്യയിലെ മഹാഭൂ രിപക്ഷം ജനങ്ങളുടെ പിന്തുണയില്ല. ന്യൂനപക്ഷ സംരക്ഷണത്തിന് വേണ്ടി ശക്തമായ നിലപാട് സ്വീകരിക്കുന്നതും മതേതര പ്രസ്ഥാനങ്ങ ളുടെ നേതാക്കളാണ്. ന്യൂനപക്ഷ സംഘാടനം ഒന്നിനും പരിഹാരമല്ല. മതേതര-ജനാധിപത്യ പ്രസ്ഥാനങ്ങളുടെ ഭാഗമായി അണിചേരുകയാണ് അഭികാമ്യം. പ്രത്യേക ഗ്രൂപ്പായി വിഘടിച്ചു നിന്നാൽ യാതൊരു ഫലവു മില്ല. ജനാധിപത്യത്തിന്റെ വിശാലമായ ഭൂമികയിൽ ഉറച്ചുനില്ക്കുകയാണ് ന്യൂനപക്ഷങ്ങളുടെ ഉത്തരവാദിത്വം.

മുത്തലാഖും
മുത്തലാഖ് നിയമവും

യൂറോപ്യൻ ഫെമിനിസമാണ് ലോകത്താകെ പടർന്ന സ്ത്രീപക്ഷ രാഷ്ട്രീയത്തിന്റെ മാർഗ്ഗരേഖയെന്ന് കരുതുന്നവരുണ്ട്. പൂർണ്ണമായി അത് ശരിയാണെന്ന് പറയാനാവില്ല. അറബ്-ആഫ്രിക്കൻ സംസ്കാരങ്ങളിൽ നിന്ന് ഉരുവം കൊണ്ട ഫെമിനിസ്റ്റ് സമീപനം ഇന്ന് ഏറെ ചർച്ച ചെയ്യ പ്പെടുന്നു. നൂറ്റാണ്ടുകൾക്ക് മുമ്പ് ഇസ്ലാം മതം രൂപപ്പെടുമ്പോൾ, അക്കാ ലത്തെ സാമൂഹ്യക്രമം പുരുഷന് കൂടുതൽ അധികാരമുള്ളത് തന്നെയാ യിരുന്നു. എല്ലാ മതങ്ങളുടെയും ഘടന പുരുഷാധിപത്യ മൂല്യങ്ങളിൽ ഉറപ്പിച്ചതിനു പിന്നിലുള്ള കാരണം മതങ്ങൾ രൂപം കൊണ്ടത് അപ്ര കാരമൊരു കാലത്തായിരുന്നു എന്നതാണ്. പരിഷ്കരണമില്ലാതെയും പഴ യകാലത്തെ മൂല്യങ്ങളുമായി മതം സഞ്ചരിക്കണമെന്ന് വാശി പിടിക്കു ന്നവരുണ്ട്. എന്നാൽ അതിനെ ചോദ്യം ചെയ്തുകൊണ്ടാണ് സ്ത്രീപക്ഷ നിലപാടുകൾ അംഗീകാരം നേടിയത്. ഫ്രഞ്ച്, ബ്രിട്ടീഷ് കോളനികളായി രുന്ന പല അറബ് രാജ്യങ്ങളിലും പില്ക്കാലത്ത് ശക്തമായ സ്ത്രീ മുന്നേറ്റങ്ങളുണ്ടായി. വ്യവസായം, വാണിജ്യം, യന്ത്രവല്ക്കരണം എന്നിവ സമൂഹത്തെ സ്വാധീനിച്ചു. പല മതനിയമങ്ങളും നടപ്പായെങ്കിലും അടി ത്തറയിൽ സ്വാതന്ത്ര്യബോധവും ലിബറൽ മൂല്യങ്ങളുമാണ് തിളച്ചു മറി ഞ്ഞത്. ഇസ്ലാമിക വിശ്വാസങ്ങളെ പുലർത്തിക്കൊണ്ടുതന്നെ തൊഴിലിട ങ്ങളിലും വിദ്യാഭ്യാസ രംഗത്തും പൊതു കാര്യങ്ങളിലെയും തുല്യത വേണമെന്ന് സ്ത്രീകൾ ആവശ്യപ്പെട്ടു. രാഷ്ട്രീയം, ഭരണകാര്യം എന്നി വയിലെ വിവേചനത്തെ ചോദ്യം ചെയ്തവരുമുണ്ട്. ആരാധന സമ്പ്രദാ യങ്ങൾ, കുടുംബ വ്യവസ്ഥ എന്നിവയിലെ പുരുഷാധിപത്യം വിമർശന വിധേയമായിട്ടുണ്ട്. അതുകൊണ്ടുതന്നെ അപരിഷ്കൃതവും സ്ത്രീകൾ ക്കെതിരെയുമുള്ള പല അനാചാരങ്ങളെയും ഇല്ലായ്മ ചെയ്യാൻ കഴിഞ്ഞി

ട്ടുണ്ട്. നിരവധി മുസ്ലീം രാഷ്ട്രങ്ങളിൽ വ്യക്തി നിയമങ്ങൾ പരിഷ്കരി ച്ചിട്ടുമുണ്ട്.

ഏറ്റവും സ്ത്രീവിരുദ്ധമായ ആചാരമാണ് മുത്തലാഖ്. 2018 ആഗ സ്ത് 22 ന് സുപ്രീം കോടതി മുത്തലാഖ് നിരോധിച്ചു. പല മുസ്ലീം രാഷ്ട്ര ങ്ങളിലും ഇതിനോടകം ഇത് നിർത്തലാക്കിയിട്ടുണ്ട്. വിവാഹവും വിവാ ഹമോചനവും നിയമപരമായിരിക്കണം എന്നത് ഏവരും അംഗീകരിച്ച തത്ത്വമാണ്. മിക്കവാറും എല്ലാ സംസ്കാരങ്ങളിലും സ്ത്രീപുരുഷ ബന്ധത്തെ നിർണ്ണയിക്കുന്ന ഘടകങ്ങളിലൊന്ന് മതപരമായ നൈതി കതയാണ്. ആധുനിക - ജനാധിപത്യ മൂല്യങ്ങൾ ഉയർത്തിപ്പിടിക്കുന്ന ഭരണഘടനയുള്ള ഇന്ത്യയിൽ, മതപരമായ വ്യക്തി നിയമങ്ങളെ പരിഗ ണിച്ച് തയ്യാറാക്കിയ വിവാഹ രീതിയും സ്പെഷ്യൽ മാര്യേജ് ആക്ടും നിലവിലുണ്ട്. മുസ്ലീം വ്യക്തി നിയമം അനുസരിച്ചും വിവാഹമോചനം സാദ്ധ്യമാണ്. മധ്യസ്ഥ ചർച്ചകളും പരിഹാരമാർഗ്ഗങ്ങളും സമ്പൂർണ്ണമായി പരാജയപ്പെട്ടാൽ മാത്രം വിവാഹമോചനം നടത്താം. സ്വബോധമില്ലാത്ത സമയത്തും ദേഷ്യത്തിന് അടിപ്പെട്ട് പെരുമാറുമ്പോഴും പുരുഷൻ 'തലാഖ്' ചൊല്ലിയാൽ അത് നിലനില്ക്കില്ല. ഭാര്യയുടെ ഗർഭസ്ഥ സമയത്തും ആർത്തവ ഘട്ടത്തിലും ഇപ്രകാരം വിവാഹ മോചനത്തിന് പുരുഷന് അധികാരമില്ല. ഒരു തവണ തലാഖ് ചൊല്ലിക്കഴിഞ്ഞാൽ വിവാഹമോചനം പൂർണ്ണമായി എന്ന് പറയാനാവില്ല. ആദ്യ തലാഖ് ചൊല്ലിയ ശേഷവും ഭർത്താവിനോടൊപ്പം അദ്ദേഹത്തിന്റെ സംരക്ഷണയിൽ തന്നെ ഭാര്യക്ക് കഴിയാം. ആ സമയത്തും (ഇദ്ദ കാലം എന്നാണ് പറയുക-മൂന്ന് മാസം) ഭാര്യയുടെയും മക്കളുടെയും ചെലവുകൾ ഭർത്താവ് വഹിക്കണം. ശാരീ രിക സമ്പർക്കമൊഴികെയുള്ള കാര്യങ്ങൾ അനുവദനീയവുമാണ്. തങ്ങൾ വേർപെടാൻ തീരുമാനിച്ചെങ്കിലും 'ഇദ്ദ' കാലത്തെ അനുഭവങ്ങളിലൂടെയും പരസ്പര വിശ്വാസ പ്രകാരവും പിന്നീട് ഒരുമിച്ച് ജീവിക്കാൻ അവർ തീരുമാനിക്കുന്നുവെങ്കിൽ തലാഖ് നിലനില്ക്കില്ല. പിന്നീട് വീണ്ടും പിരിയാൻ തീരുമാനിച്ചാൽ രണ്ടാമത് തലാഖ് ചൊല്ലുന്നു. രണ്ടാമതും 'ഇദ്ദ' കാലമുണ്ട്. ശാരീരികസമ്പർക്കമൊഴികെ, ഒരു വീട്ടിൽ തന്നെ അവർക്ക് കഴിയാവുന്നതാണ്. ഭർത്താവ് ചെലവ് വഹിക്കുന്നു. പിന്നെയും അവർ ഒരുമിച്ച് ജീവിക്കാൻ തീരുമാനിക്കുന്നുവെങ്കിൽ വിവാഹബന്ധം തുടരാം. ഒന്നും രണ്ടും ത്വലാഖിനും 'ഇദ്ദ' കാലയളവുകൾക്കും ശേഷം പിന്നീട് തലാഖ് ചൊല്ലിക്കഴിഞ്ഞാൽ അത് പൂർണ്ണമായും വിവാഹമോ ചനമാവും. പിന്നീട് ആ സ്ത്രീയെ ആ പുരുഷന് വിവാഹം ചെയ്യണമെ ങ്കിൽ സ്ത്രീ മറ്റൊരു വിവാഹം കഴിച്ച് ആ വിവാഹബന്ധം സ്വാഭാവി കമായി വേർപിരിഞ്ഞ ശേഷം മാത്രമേ സാദ്ധ്യമാവൂ. ഭാര്യയ്ക്ക് ഭർത്താവിനെ മൊഴി ചൊല്ലാനുള്ള വ്യവസ്ഥകളും ഇസ്ലാമിലുണ്ട്. തലാ ഖിനെ ഇസ്ലാം പ്രോത്സാഹിപ്പിക്കുന്നില്ല എന്നതാണ് തത്ത്വം. വ്യക്തി കൾക്ക് അനുവദിക്കപ്പെട്ട കാര്യങ്ങളിൽ, ദൈവത്തിന് ഏറ്റവും വെറുപ്പുള്ള കാര്യം ഒരു സ്ത്രീയെ പുരുഷൻ തലാഖ് ചൊല്ലലാണ് എന്ന് ഇസ്ലാം

പറയുന്നു. ഒരുവളെ മൊഴി ചൊല്ലുമ്പോൾ ദൈവത്തിന്റെ സന്നിധി ഞെട്ടി അരിക്കുമെന്ന് മതം ഓർമ്മിപ്പിക്കുന്നുമുണ്ട്.

മുത്തലാഖ് നിരോധനത്തിന്റെ മറവിൽ സംഭവിച്ചത്

മുസ്ലീം സമൂഹത്തിലും വിവാഹം ഒരു സിവിൽ കരാറാണ്. അതിൽ നിന്ന് വേർപെടാൻ മേൽപറഞ്ഞ വ്യവസ്ഥകൾ പാലിക്കണം. ഭർത്താവിന്റെയും ഭാര്യയുടെയും ഭാഗത്തുനിന്നുള്ള പ്രതിനിധികൾ ചർച്ച ചെയ്ത് രമ്യതയിലെത്തുന്നില്ലെങ്കിൽ മാത്രമേ വിവാഹമോചനത്തിലേക്ക് കടക്കാ വൂ. എന്നാൽ ഒന്നും രണ്ടും മൂന്നും തലാഖുകൾ ഒറ്റയടിക്ക് പറഞ്ഞ് തീർത്ത് ഏകപക്ഷീയമായി ഭാര്യയെ ഉപേക്ഷിക്കുന്നതാണ് മുത്തലാഖ്. മുത്തലാഖ് നിരോധിച്ചുകൊണ്ട് സുപ്രീംകോടതി വിധി പുറപ്പെടുവിച്ചു. എന്നാൽ സുപ്രീംകോടതിയുടെ ഭൂരിപക്ഷ വിധിയിൽ പുതിയ നിയമ നിർമ്മാണം നിർദ്ദേശിച്ചിട്ടില്ല. മുത്തലാഖ് വിധി വന്ന് മാസങ്ങൾക്ക് ശേഷ മാണ് കേന്ദ്രസർക്കാർ മുത്തലാഖ് നിയമത്തിലേക്ക് (മുസ്ലീം സ്ത്രീ വിവാ ഹസംരക്ഷണ നിയമം) കടന്നത്. സി പി ഐ (എം) ഉൾപ്പെടെയുള്ള പാർട്ടികൾ നിയമത്തെ എതിർത്തു. മുത്തലാഖിനെപ്പറ്റിയുള്ള സുപ്രീം കോടതി വിധിയോടെ മുത്തലാഖ് നിരോധിക്കപ്പെട്ടു. എന്നാൽ അമിതാ വേശത്തോടെ നിയമനിർമ്മാണം നടത്തുന്നത് രാഷ്ട്രീയ അജണ്ടയുടെ ഭാഗമാണ്.

സി പി ഐ (എം) ഉൾപ്പെടെയുള്ള പാർട്ടികൾ മുത്തലാഖിനെതിരെ നേരത്തേതന്നെ ശക്തമായ നിലപാടാണ് സ്വീകരിച്ചിട്ടുള്ളത്. നിയമ യുദ്ധ ത്തിൽ മഹില അസോസിയേഷൻ ഉൾപ്പെടെയുള്ള പ്രസ്ഥാനങ്ങൾ സ്ത്രീകൾക്കുവേണ്ടി നിലപാട് സ്വീകരിച്ചു. ഇന്ത്യയിൽ ആകെ വിവാഹബന്ധത്തിൽ നിന്ന് അകന്ന് അകന്ന് കഴിയുന്ന സ്ത്രീകളുടെ എണ്ണം 23.7 ലക്ഷമാണ്. ഇതിൽ മുസ്ലീം സ്ത്രീകൾ 2.8 ലക്ഷമാണ്. വിവാഹബന്ധം ഒരു സിവിൽ കരാറാണ്. ഭാര്യയെ ഉപേക്ഷിക്കുന്നത് ഏത് മതത്തിലും കരാർ ലംഘനമാണ്. പുതിയ ബില്ലിലെ സെക്ഷൻ 4 പ്രകാരം മുത്തലാഖിലൂടെ വിവാഹബന്ധം വേർപെടുത്തിയാൽ 3 വർഷം തടവ് ലഭിക്കും. ഇത് മുസ്ലീം വിഭാഗത്തിലെ പുരുഷന് മാത്രമാണ് ബാധക മാവുക. ഏതെങ്കിലും കാരണംകൊണ്ട് വിവാഹ കരാർ ലംഘിക്കുന്ന ഇതര മതങ്ങളിലെ പുരുഷന്മാർക്ക് ജയിൽശിക്ഷ നല്കുന്ന വ്യവസ്ഥ ഇന്ത്യയിലില്ല. മുസ്ലീം ഇതര വിഭാഗങ്ങൾക്ക്, വിവാഹ സംബന്ധമായ തർക്കങ്ങൾ സിവിൽ നിയമപ്രകാരമുള്ള പരിഹാരത്തിനു സാധിക്കും. മുസ്ലീം പുരുഷൻ ക്രിമിനൽ നടപടിയിലൂടെ ജയിലിലടയ്ക്കപ്പെടുകയും ചെയ്യുന്നു. മുത്തലാഖിന് ഇപ്രകാരമുള്ള മൂന്ന് വർഷ തടവോ ക്രിമിനൽ ശിക്ഷയയോ സുപ്രീം കോടതി നിർദ്ദേശിച്ചിട്ടില്ല. ഇപ്പോഴത്തെ നിയമ പ്രകാരം, പുരുഷനെതിരെ പരാതി ഉയർന്നാൽ അത് ജാമ്യം ലഭിക്കാൻ വലിയ പ്രയാസമുള്ള കുറ്റമാണ്. എതിർഭാഗം കേട്ട ശേഷം മാത്രമേ ജാമ്യം കൊടുക്കുന്ന കാര്യത്തിൽ മജിസ്ട്രേട്ടിന് (സെക്ഷൻ 7) തീരുമാന

മെടുക്കാൻ കഴിയൂ. മൂന്ന് വർഷ തടവ് എന്നത് നിലവിൽ കള്ളനോട്ടടി, രാജ്യദ്രോഹം തുടങ്ങിയ കുറ്റങ്ങൾക്കുള്ള ശിക്ഷയാണ്. സെക്ഷൻ 5 പ്രകാരം മുത്തലാഖിന് വിധേയയായ സ്ത്രീക്ക് ഭർത്താവ് ജീവനാംശം നല്കണം. എന്നാൽ ജയിൽ ശിക്ഷ അനുഭവിക്കുന്ന ആൾ അതേ കാലത്ത് തന്നെ ഭാര്യയ്ക്കും മക്കൾക്കും ജീവനാംശവും കൊടുക്കുക എന്നത് പ്രയാസമാണ്. പുരുഷൻ ജയിലിൽ പോകുന്നതോടെ ഭാര്യയ്ക്കും മക്കൾക്കും ലഭിക്കേണ്ട ന്യായമായ സാമ്പത്തിക പിന്തുണ പോലും കിട്ടാതാവും. ജയിൽ ശിക്ഷയും ചെലവ് വഹിക്കലും ഭയക്കുന്ന പുരുഷൻ, ത്വലാഖ് പറയാതെ തന്നെ ഭാര്യയെയും കുടുംബത്തെയും ഉപേക്ഷിക്കും. ഇതാണ് ആത്യന്തിക ഫലം. ഒരേ സമയം സ്ത്രീക്കും പുരുഷനും പീഡ നമായിരിക്കും ലഭിക്കുക. മുത്തലാഖ് നിയമവിരുദ്ധമായി പ്രഖ്യാപിച്ചു കഴിഞ്ഞു. പഴയതുപോലെ മുത്തലാഖ് പറഞ്ഞുപോയാൽ മതപരമോ നിയമപരമോ ആയി വിവാഹം റദ്ദാവില്ല. ഭാര്യ-ഭർതൃബന്ധം വേർപെ ടില്ല. ഏത് നിലയിലുള്ള അവഹേളനമുണ്ടായാലും നിലവിലുള്ള നിയമ ങ്ങൾ അനുസരിച്ച് തന്നെ ഭാര്യയ്ക്ക് പരാതിപ്പെടാനും പരിഹാരമുണ്ടാ ക്കാനും സാധിക്കും. ആചാരവും വിശ്വാസവും വ്യക്തിനിയമങ്ങളും പിന്തു ടരാൻ പൗരന് അവകാശമുള്ളപ്പോൾ തന്നെ, തുല്യത-ലിംഗനീതി തുട ങ്ങിയ മൂല്യങ്ങളെ ബാധിച്ചാൽ ഭരണഘടനാപരമായ അവകാശം സ്ഥാപി ക്കേണ്ടത് കോടതിയുടെ ചുമതലയാണ്. മുത്തലാഖ് നിരോധനത്തെ പാർലമെന്റിലെ മുഴുവൻ അംഗങ്ങളും ഒരുപോലെ അംഗീകരിച്ചു. ഈ നിരോധനത്തെ ഏതെങ്കിലും ഒരു വ്യക്തി ലംഘിച്ചാൽ, ആ ലംഘനത്തിന് യാതൊരു നിയമസാധുതയും ലഭിക്കില്ല. വിവാഹബന്ധം ഇല്ലാതാവുക യുമില്ല. വിവാഹവും, വിവാഹമോചനവും എല്ലാ മതവിഭാഗങ്ങളിലും സംഭ വിക്കുന്നു എന്നതുകൊണ്ടു തന്നെ അതിന്റെ പേരിൽ ഒരു പ്രത്യേക സമു ദായത്തെ മാത്രം ലക്ഷ്യം വെച്ചുകൊണ്ടുള്ള നിയമനിർമ്മാണം വിവേച നപരമാണ്. ഇത് ഭരണഘടനാപരവും നൈതികവുമായ ചോദ്യങ്ങൾ ഉയർത്തുന്നു. എല്ലാ മതങ്ങളിലെയും വ്യക്തി നിയമങ്ങൾ കാലാനുസൃ തമായി പരിഷ്കരിക്കുകയും ലിംഗനീതി ഉറപ്പുവരുത്തുകയും വേണം. പൗരത്വ ഭേദഗതി ഉൾപ്പെടെയുള്ള കാര്യങ്ങളിലും കേന്ദ്രസർക്കാർ ശത്രു താപരമായ നിലപാട് സ്വീകരിക്കുന്നു. മതന്യൂനപക്ഷങ്ങൾക്ക് ഭീതി കൂടാതെ ജീവിക്കാൻ കഴിയണം. അതിനുള്ള സാഹചര്യം ഒരുക്കേണ്ടത് ഭരണഘടനാപരമായ ബാധ്യതയാണെന്ന് കേന്ദ്രസർക്കാർ മറക്കരുത്.

മതനിരപേക്ഷത സംരക്ഷിക്കണം

ഒന്ന്

ഹരിയാനയിലെ ബല്ലഭ്ഗഢിനടുത്തൊരു ഗ്രാമം. അവിടെയാണ് ജുനൈദിന്റെ വീട്. പതിനാറുകാരൻ *ഖുർആൻ* മുഴുവൻ മനഃപാഠമാക്കിയവരെ വിളിക്കുന്നത് ഹാഫിള് എന്നാണ്. ജുനൈദും ഒരു ഹാഫിള് ആണ്. അവധി സമയത്ത് ക്രിക്കറ്റ് കളിക്കുകയും കൂട്ടുകാരുമായി ഉല്ലസിച്ചു നടക്കുകയും ചെയ്ത കൗമാരക്കാരൻ. റംസാൻ മാസത്തിൽ *ഖുർആൻ* പാരായണത്തിന് പോയപ്പോൾ ഗ്രാമവാസികൾ നല്കിയ തുക അവൻ കൂട്ടിവച്ചു. പെരുന്നാളിന് സഹോദരങ്ങളോടൊപ്പം ദൽഹിയിലേയ്ക്ക് പോയത് കുറച്ചു സാധനങ്ങൾ വാങ്ങാനായിരുന്നു. എല്ലാം വാങ്ങി അവർ മടങ്ങി. ബല്ലഭ് ഗഢിലേക്കുള്ള വഴിമദ്ധ്യേ, ഓഖ്ലയിൽ വെച്ച് കുറെ പേര് കമ്പാർട്ടുമെന്റിലെത്തി. അതിലൊരാൾ ജുനൈദിനോട് എഴുന്നേല്ക്കാൻ ആവശ്യപ്പെട്ടു. ജുനൈദ് അതനുസരിച്ചു. അതിനിടയിൽ ഒരാൾ ജുനൈദിനെ പിടിച്ചു തള്ളി. 'പാകിസ്ഥാനി', 'ദേശദ്രോഹി' എന്നിങ്ങനെ അധിക്ഷേപിച്ചു. ബീഫിന്റെ പേര് പറഞ്ഞ് ആക്രമണം തുടങ്ങി. തുഗ്ലക്കാബാദിൽ വെച്ച് സംഘത്തിലൊരാൾ ഒരു കത്തിയെടുത്ത് ജുനൈദിനെ പല തവണ കുത്തി. വയറ്റിലും കൈപ്പത്തിയിലും ജനനേന്ദ്രിയത്തിലും കുത്തേറ്റു. അനിയൻ ശാക്കിറിനും മർദ്ദനമേറ്റു. അസോട്ട സ്റ്റേഷൻ നടുത്ത് വെച്ച് സഹോദരങ്ങളെ വലിച്ച് പുറത്തെറിഞ്ഞു. പൊലീസ്, റെയിൽവേ ഉദ്യോഗസ്ഥർ തുടങ്ങി ആരും രക്ഷിച്ചില്ല. ആശുപത്രിയിലേക്ക് മാറ്റിയെങ്കിലും ജുനൈദ് മരണമടഞ്ഞു. സഹോദരങ്ങൾക്ക് ഗുരുതര പരിക്കേറ്റു. ജുനൈദ് എന്ന തൊപ്പി ധരിച്ച കൗമാരക്കാരൻ. അവനൊരു മുസ്ലീമാണെന്ന ഒറ്റക്കാരണത്താൽ കൊല്ലപ്പെടുന്നു. എവിടെയാണ് നമ്മുടെ

ബാലാവകാശങ്ങൾ? എവിടെയാണ് ന്യൂനപക്ഷങ്ങൾക്ക് ലഭിക്കേണ്ട പരി
രക്ഷ? മതപെരമയ അവന്റെ സ്വത്വമാണ് കൊല്ലപ്പെടാനുള്ള കാരണം. അപ
കടകരമാം വിധം ന്യൂനപക്ഷവിരുദ്ധത രാജ്യത്ത് പടർന്ന് കൊണ്ടിരി
ക്കുന്നു. സമാനമായ സംഭവങ്ങളും.

പെഹലുഖാൻ രാജസ്ഥാനിലെ ക്ഷീരകർഷകനാണ്. നിരവധി പശു
ക്കളെ വളർത്തുന്ന നല്ലവനായ ഇടയൻ. വലിയൊരു പശുവിനേയും വാങ്ങി
വരുമ്പോൾ രാജസ്ഥാനിലെ ആൾവാറിൽ വച്ച് ഗോരക്ഷാസംഘം അദ്ദേ
ഹത്തെ ആക്രമിച്ചു കൊലപ്പെടുത്തി. 'പശുക്കടത്തുകാരനായ മുസ്ലിം'
എന്നത് അതിനുള്ള കാരണമാണ്. ഉമർ താഹിർ താലിമിനെ പശുക്ക
ടത്ത് ആരോപിച്ച് കൊന്നത് ബി ജെ പി ഭരണകാലത്തെ രാജസ്ഥാനിലെ
പൊലീസാണ്. യു പിയിലെ ദാദ്രിയിൽ മുഹമ്മദ് അഖ്ലാഖിന്റെ വീട്ടിൽ
ബീഫുണ്ടെന്ന് ആരോപിച്ച് സംഘപരിവാറുകാർ മർദ്ദിച്ചുകൊന്നു. ഹിമാ
ചലിലെ ഷിംലയിൽ ആൾക്കൂട്ടം അടിച്ചും തൊഴിച്ചും കൊന്നത് ട്രക്ക്
ഡ്രൈവറായ നുമാനെയാണ്. റാഞ്ചിയിലെ പതിനഞ്ചുവയസ്സുള്ള ആസാദ്
ഖാനെയും ബന്ധുവായ മുഹമ്മദ് മജ്ലൂമി കാലികളെയും കൊണ്ടുവ
രുന്ന വേളയിൽ കൊന്നു കെട്ടിത്തൂക്കി. ഗുജറാത്തിൽ മുഹമ്മദ് അയൂബും
കാശ്മീരിൽ ഷഹീദ് റസൂൽ ഭട്ടും കൊല്ലപ്പെട്ടു. ഗോരക്ഷാസംഘത്തെ
നിരോധിക്കണമെന്ന് പരമോന്നത നീതിപീഠത്തിന് പറയേണ്ടിവന്നു.

ബംഗാളിൽനിന്ന് രാജസ്ഥാനിൽ എത്തിയ തൊഴിലാളി അഫ്രാ
സുൽ എങ്ങനെയാണ് കൊല്ലപ്പെട്ടത്? ശംഭുലാൽ എന്ന സംഘപരിവാ
റുകാരൻ മൂർച്ചയുള്ള ആയുധംകൊണ്ട് വെട്ടിവീഴ്ത്തി ജീവനോടെ
കത്തിച്ചു. 'ഹിന്ദു സഹോദരിയെ പ്രേമിക്കുന്നവർക്കുള്ള താക്കീതായി
രുന്നു' ഇത് എന്ന് പ്രഖ്യാപിച്ചു. ലവ് ജിഹാദ് പോലുള്ള അസത്യ പ്രചര
ണങ്ങൾ മനുഷ്യന്റെ ജീവനെടുക്കുന്ന കാലമാണിത്. ജെ എൻ യു വി
യിലെ നജീബിനെ തട്ടിക്കൊണ്ടു പോയത് എ ബി വി പി സംഘമാണ്.
അയാൾ ജീവിച്ചിരിപ്പുണ്ടോ, മരിച്ചോ എന്നുപോലും വ്യക്തമായിട്ടില്ല. ആർ
എസ് എസിന് സ്വധീനമുള്ള സർക്കാരാണ് കേന്ദ്രത്തിലുള്ളത്. നിരവധി
സംസ്ഥാനങ്ങളിൽ ബി ജെ പി നയിക്കുന്ന സംസ്ഥാന സർക്കാരുകളുണ്ട്.
വർഗ്ഗീയ കലാപങ്ങളുടെ നിരക്ക് 28% ഉയർന്നത് ഇക്കാലയളവിലാണ്.
കഴിഞ്ഞ അഞ്ചു വർഷങ്ങളിൽ രാജ്യത്തുണ്ടായ വർഗ്ഗീയ സംഘർഷങ്ങ
ളിൽ നിരവധി മനുഷ്യജീവനുകൾ നഷ്ടപ്പെട്ടു.

രണ്ട്

ബഹുസ്വരതയും വൈവിദ്ധ്യവുമാണ് ആധുനിക ജനാധിപത്യ
ത്തിന്റെ ശക്തി. ഇന്ത്യ ഒരു മതനിരപേക്ഷ രാഷ്ട്രമാകയാൽ ഇന്ത്യക്ക്
ഔദ്യോഗിക മതമോ മതഗ്രന്ഥമോ ഇല്ല. ഏതെങ്കിലും ഒരു പ്രത്യേക
മതത്തിൽപ്പെട്ടവർ വിവേചനം നേരിടുന്നത് അപമാനകരവുമാണ്. ജീവൻ
ജോബ് തോമസിന്റെ തിരക്കഥയിൽ മധുപാൽ സംവിധാനം ചെയ്ത ഒരു

കുപ്രസിദ്ധ പയ്യൻ എന്ന ചിത്രം ഇപ്രകാരമുള്ള ആശയത്തെ ദൃശ്യവ ല്ക്കരിക്കുന്നു. ഇന്നത്തെ ഇന്ത്യൻ സാഹചര്യത്തിൽ മുസ്ലീം/ദളിത് സ്വത്വം എങ്ങനെയാണ് ചോദ്യം ചെയ്യപ്പെടുന്നത് എന്നതിനുള്ള മറുപടിയും അതി ലുണ്ട്. ഒരു പേരിൽ എന്തിരിക്കുന്നു എന്ന് ചിന്തിക്കുന്നവരാണ് പലരും. എന്നാൽ പേര് മൂലം നിരപരാധിയായ ഒരുവൻ കപട 'രാജ്യസ്നേഹി 'കളാൽ സംശയിക്കപ്പെടുന്നതും 'രാജ്യദ്രോഹി'യെന്ന് ആക്ഷേപിക്കപ്പെ ടുന്നതും ദുഃഖകരമാണ്.

ഇന്ത്യയിൽ വിചാരണത്തടവുകാരുടെ സ്ഥിതി നോക്കാം. മുസ്ലീം, ദളിത്, ആദിവാസികൾ ചേർന്നാൽ ഇന്ത്യൻ ജനസംഖ്യയുടെ 39% വരും. എന്നാൽ ആകെ ജയിലുകളിലെ 20.9 % മുസ്ലീങ്ങളും 21.6 % ദളിതരും 12.4% ആദിവാസികളുമാണ്. ഏതാനും നാളുകൾക്കുമുമ്പുള്ള കണക്ക നുസരിച്ച് 2,28276 വിചാരണത്തടവുകാരിൽ 80528 പേർ നിരക്ഷരരാണ്. സമൂഹിക -സാമ്പത്തിക പിന്നോക്കാവസ്ഥ നേരിടുന്നവർ തുടർച്ചയായി ജയിലിലടയ്ക്കപ്പെടുന്നതിന്റെ കാരണം അന്വേഷിക്കേണ്ടതുണ്ട്. ന്യൂന പക്ഷ സംരക്ഷണം രാഷ്ട്രത്തിന്റെ ചുമതലയാണ്. എന്നാൽ സ്വതന്ത്ര ഇന്ത്യയിൽ നടന്ന സിഖ് വംശഹത്യ, ഗുജറാത്ത് വംശഹത്യ, ഒറീസ – കന്ദമൽ, യു പി – മുസഫർ നഗർ കലാപങ്ങൾ എന്നിവയിലൂടെ മതന്യൂ നപക്ഷങ്ങളെ ക്രൂരമായി അടിച്ചമർത്തുകയായിരുന്നു. ബലാത്സംഗം, കൊലപാതക പരമ്പരകൾ എന്നിവ നടന്നു. കോടിക്കണക്കിന് രൂപയുടെ നഷ്ടമാണ് ന്യൂനപക്ഷങ്ങൾക്കുണ്ടായത്. ബി ജെ പി സർക്കാരുകൾ നട പ്പിലാക്കിയ ബീഫ് നിരോധനം മുസ്ലീം, ദളിത് വിഭാഗക്കാരുടെ തൊഴില വകാശത്തെ ബാധിച്ചു. തുകൽ വ്യവസായത്തിന് ആവശ്യമായ 80% തുകലും ലഭിക്കുന്നത് കശാപ്പുശാലകളിൽ നിന്നാണ്. ദളിതരും ന്യൂനപക്ഷങ്ങളും ഉൾപ്പെടെ 25 ലക്ഷം ആളുകൾ ഈ മേഖലയിൽ തൊഴി ലെടുക്കുന്നു. ഇറച്ചി വ്യാപാരത്തിൽ ഏർപ്പെടുന്നവരുടെ എണ്ണവും വളരെ വലുതാണ്. സാമ്പത്തിക ദുരിതവും തൊഴിലില്ലായ്മയുമാണ് ബീഫ് നിരോധനത്തിന്റെ ഫലം.

മൂന്ന്

എം മുകുന്ദന്റെ നോവലായ *ദൽഹി ഗാഥകളിൽ* അബ്ദുൾ അബ്ദു ന്നിസാർ എന്നൊരു കഥാപാത്രമുണ്ട്. ആൾത്തിരക്കുള്ള മഹാനഗരത്തിൽ താൻ ഒറ്റയ്ക്കായി എന്ന് അയാൾക്ക് തോന്നിയ സന്ദർഭം. അബ്ദുന്നി സാർ, നീണ്ട താടിയുള്ള മധ്യവയസ്കനാണ്. കുറച്ചു ദിവസത്തെ ആവ ശ്യങ്ങൾക്കായി അയാൾ ദൽഹിയിലെത്തി. തന്റെ സുഹൃത്തായ രഘു നാഥ് താമസിക്കുന്ന ആര്യ സമാജം റോഡിലെ ഫ്ലാറ്റിലാണ് അയാളും താമസിച്ചത്. ഒരു ദിവസം ഫ്ലാറ്റ് ഉടമസ്ഥൻ ഒരു സഹായിയെയും കൂട്ടി എത്തുന്നു. അബ്ദുന്നിസാറിനെ വിളിച്ചിറക്കി പുലഭ്യം പറയുന്നു. എന്താണ് പേരെന്നും നീയൊരു മുസൽമാനാണോ എന്നും ആക്രോശിച്ചു.

ബഹളം കേട്ട് ഓടിയെത്തിയ അയൽക്കാർ ഫ്ളാറ്റുടമയോട് കാര്യം തിര ക്കുകയും 'ഇവൻ കള്ളനാണോ' എന്നും ആരായുകയും ചെയ്തു. 'ക്യാ ഹോഗയാ ശിവശങ്കർജി, യെ മുസൽമാൻ ഹെ' ഇതാണ് ഉടമയുടെ മറു പടി. എല്ലാവരും ചേർന്ന് അബ്ദുന്നിസാറിനെ ആട്ടിയോടിച്ചു. ആ രാത്രി യിൽ അയാൾ അനുഭവിച്ച ഒറ്റപ്പെടൽ വിവരണാതീതമാണ്. ഇതൊരു കഥയാണെന്ന് പറഞ്ഞ് ആശ്വസിക്കാൻ കേരളീയർക്ക് സാധിക്കും. കേര ളത്തിലെ ന്യൂനപക്ഷങ്ങൾ സുരക്ഷിതരാണ്. എന്നാൽ ഇന്ത്യയിൽ പല യിടങ്ങളിലും അവർ അനുഭവിക്കുന്ന ഒറ്റപ്പെടൽ രാജ്യം ചർച്ച ചെയ്തേ മതിയാവൂ. അത്തരം വിവേചനങ്ങളെയാണ് നോവൽ പ്രശ്നവത്കരിക്കു ന്നത്. കാശ്മീരിലെ കത്‌വയിൽ എട്ടു വയസ്സുകാരിയെ പീഡിപ്പിച്ച് കൊന്നത് എത്ര നീചമായ പ്രവൃത്തിയാണ്. അവിടെ താമസിച്ചിരുന്ന ന്യൂനപക്ഷങ്ങളെ ഭയപ്പെടുത്തി ആട്ടിയോടിക്കാൻ വേണ്ടിയായിരുന്നു ഇത്. കേസിലെ പ്രതികളുടെ സംഘപരിവാര ബന്ധം ലോകം അറിഞ്ഞപ്പോ ഴേക്ക് ബി ജെ പി മന്ത്രിമാർ തെരുവിലിറങ്ങി.

ഭീകരതയുടെ പേരിൽ ന്യൂനപക്ഷത്തെ സംശയത്തിന്റെ നിഴലിൽ നിർത്തുകയാണ് സംഘപരിവാരം. ഗാന്ധിവധവും, ബാബറി ധ്വംസനവും ഗുജറാത്ത് വംശഹത്യയും ഉൾപ്പെടെയുള്ള ഭീകരാക്രമണങ്ങൾ നടത്തി യവരാണ് ആർ എസ് എസ്. മുസ്ലീങ്ങളെല്ലാം തീവ്രവാദികളോ/തീവ്ര വാദി ആകാൻ സാദ്ധ്യതയുള്ളവരോ ആണെന്ന് അവർ പ്രചരിപ്പിക്കുന്നു. എന്നാൽ ഇന്ത്യയിൽ നടന്ന നിരവധി സ്ഫോടനങ്ങൾക്കു പിന്നിൽ സംഘപരിവാറായിരുന്നു. പല കേസുകളിലും മുസ്ലീം ചെറുപ്പക്കാരെ പ്രതികളാക്കി ജയിലിലടച്ചു. പലർക്കും നീണ്ടകാലത്തെ ജയിൽ വാസം. ഹൈദ്രാബാദ് മെക്ക മസ്ജിദിലെ സ്ഫോടനത്തിൽ 14 പേർകൊല്ലപ്പെട്ടു. ജയ്പൂർ സ്ഫോടനത്തിൽ 63 പേർ കൊല്ലപ്പെട്ടു. മഹാരാഷ്ട്രയിലെ മാലേ ഗാവിൽ സ്ഫോടനത്തിൽ 37 കൊല്ലപ്പെട്ടു. ഡൽഹി – ലാഹോർ സംതോസ എക്സ്പ്രസ് സ്ഫോടനത്തിൽ 68 പേർ കൊല്ലപ്പെട്ടു. പല തിനും പിന്നിൽ സംഘപരിവാർ നേതാക്കളായിരുന്നു. കേസ് അന്വേഷ ണത്തിനൊടുവിൽ യഥാർത്ഥ പ്രതികൾ രക്ഷപ്പെടുന്നു. കൊലപാതക കേസിലെ പ്രതിയായ പ്രഗ്യാസിങ് ഠാക്കൂർ ബി ജെ പി ടിക്കറ്റിൽ പാർല മെന്റിലേക്ക് തിരഞ്ഞെടുക്കപ്പെട്ടു. എത്ര പ്രതിസന്ധി നിറഞ്ഞ കാലമാണ്. മതന്യൂനപക്ഷങ്ങൾക്ക് ഭയരഹിതരായി ജീവിക്കാൻ സാധിക്കണം. മത വിവേചനവും പീഡനവും ഇല്ലാതാകണം.

വിവേചനം അരുത്

മതദേശീയതയിലേക്ക് സംക്രമിക്കുന്ന ജനാധിപത്യത്തിന്റെ ദുര വസ്ഥ സങ്കടകരമാണ്. മദ്രാസ് ഐ ഐ ടി വിദ്യാർത്ഥി ഫാത്തിമ ലത്തീ ഫിന്റെ ദാരുണാന്ത്യവും അവൾ നേരിട്ട വിവേചനവും പ്രധാന ചർച്ച യാണ്. ഭ്രാന്തമായ വർഗ്ഗീയ ബോധവും ഫാസിസ്റ്റ് പ്രവണതകളും ശക്തി പ്പെടുന്ന കാലത്ത് വിവേചനം പതിവിലും വർദ്ധിച്ച തോതിലായിരിക്കും. ദളിത്, ന്യൂനപക്ഷ സമൂഹങ്ങൾ അനുഭവിക്കുന്ന വിവേചനം ഒരു യാഥാർ ത്ഥ്യമാണ്. ദേശീയ പ്രാധാന്യമുള്ള സ്ഥാപനങ്ങളിൽ, ഉന്നത വിദ്യാഭ്യാസ കേന്ദ്രങ്ങളിൽ പലവിധത്തിലുമുള്ള വിവേചനം നിലനില്ക്കുന്നതായുള്ള വാർത്തകൾ പുറത്തുവരികയാണ്.

ശാരീരികമായ ആക്രമണം മാത്രമല്ല രീതി. ഒരു പ്രത്യേക മതത്തിൽ/ ജാതിയിൽപ്പെട്ട ആളായതിനാൽ അക്കാരണംകൊണ്ട് അയാൾ നേരിടുന്ന ആക്ഷേപം, പരിഹാസം, ഒറ്റപ്പെടൽ, മാറ്റി നിർത്തൽ, അർഹമായ അംഗീകാരങ്ങൾ നിഷേധിക്കുക തുടങ്ങി നിരവധി ഘടകങ്ങൾ ചേരുന്ന ക്രൂരതയാണ്. മദ്രാസ് ഐ ഐ ടിയിലെ ഫാത്തിമയുടെ ആത്മഹത്യ (2019) യെപ്പറ്റി സമഗ്രമായ അന്വേഷണം ആവശ്യപ്പെടുന്നത് അതുകൊ ണ്ടാണ്. ഫാത്തിമ എന്ന പേര് തന്നെ വലിയ പ്രശ്നമായി കാണുന്ന ഒരു വ്യവസ്ഥിതി നിലനില്ക്കുന്നുവെന്ന് അവൾ മനസ്സിലാക്കി. വീട്ടുകാരോട് സംഭവങ്ങൾ പറഞ്ഞു. മരണത്തിന് കാരണക്കാരനായ അദ്ധ്യാപകനെ പ്പറ്റിയുള്ള സൂചനകൾ വന്നു കഴിഞ്ഞു. എങ്ങോട്ടാണ് നാം പോകുന്നത്?

സംഭവത്തിൽ വിശദമായ അന്വേഷണം ആവശ്യപ്പെട്ട് സി പി ഐ (എം), കോൺഗ്രസ്, ഡി എം കെ എന്നിവരും ഡി വൈ എഫ് ഐ ഉൾ പ്പെടെയുള്ള യുവജന പ്രസ്ഥാനങ്ങളും രംഗത്തുവന്നു. എസ് എഫ് ഐ

രാജ്യവ്യാപകമായ പ്രതിഷേധം സംഘടിപ്പിച്ചു. സ്വന്തം പേരും മതവും ജാതിയുമൊക്കെ ഒരാളുടെ മരണത്തിന് കാരണമായേക്കാവുന്ന ഭീതിനിറഞ്ഞ കാലത്തെ ചരിത്രം എങ്ങനെയാവും രേഖപ്പെടുത്തുക?

നൂറ്റാണ്ടുകളായി നിലനില്ക്കുന്നതും ബ്രാഹ്മണാധിപത്യപരവും സവർണ്ണജാതി മേൽക്കോയ്മയിലധിഷ്ഠിതവുമായ മനോഭാവമാണ് ദളിതരെ ക്രൂരമായി അടിച്ചമർത്തിയതിന്റെ അടിസ്ഥാനം. തൊട്ടുകൂടാ യ്മയെയും ദാരിദ്ര്യത്തെയും പട്ടിണിയെയും അതിജീവിച്ച് വിദ്യാഭ്യാസം നേടി, സമൂഹത്തിന്റെ മുഖ്യധാരയിലെത്തിയ ദളിതർ പോലും എത്രയെത്ര ആക്ഷേപങ്ങളെയാണ് നേരിട്ടത്.ലക്ഷക്കണക്കിന് ദളിതർ ഇപ്പോഴും പീഡനങ്ങൾ അനുഭവിക്കുന്നുണ്ട്.

പിന്നോക്ക ജനവിഭാഗങ്ങളുടെ ഭരണഘടനാപരമായ അവകാശമാണ് സംവരണം. ദളിത് ജനവിഭാഗങ്ങൾക്ക് ഭരണസംവിധാനങ്ങളിലേക്ക്, ഔദ്യോഗിക പദവികളിലേക്ക് പരിമിതമായ തോതിലെങ്കിലും അവസരം കിട്ടിയത് അത്തരം സാമൂഹ്യനീതി സംരക്ഷണ സംവിധാനങ്ങളിലൂടെ യാണ്. എന്നാൽ ഇപ്പോഴും ആക്രമിക്കപ്പെടുന്ന, വേട്ടയാടപ്പെടുന്ന ദളി തരുടെ എണ്ണം നമ്മളെ അമ്പരപ്പിക്കുന്നു. നാഷണൽ ക്രൈം റെക്കോർഡ്സ് ബ്യൂറോയുടെ കണക്കുകൾ ഇത് തെളിയിക്കുന്നു. ജാതീ യമായ അടിച്ചമർത്തലാണ് ദളിതർ നേരിടുന്നതെങ്കിൽ മറ്റൊരുതരം ഒറ്റ പ്പെടലാണ് ന്യൂനപക്ഷ വിഭാഗം നേരിടുന്നത്. ഇന്ദിരാഗാന്ധിയുടെ വധ ത്തിനു ശേഷം ഇന്ത്യയിലെ സിഖ് വംശജർ അനുഭവിച്ച പീഡനം ലോകത്തെ കുപ്രസിദ്ധമായ അദ്ധ്യായമാണ്. താടിയുള്ളവരും സിഖ് തല പ്പാവ് ധരിച്ചവരും പുരുഷന്മാരും സ്ത്രീകളും കുട്ടികളും ഉൾപ്പെടെ അനേകം പേർ കൊല്ലപ്പെട്ടു. ആ മുറിവ് ഉണങ്ങാൻ എത്ര കാലമാണ് വേണ്ടിവന്നത്?

ഇന്ത്യയിലെ മുസ്ലീങ്ങളുടെ അവസ്ഥയും പ്രധാന വിഷയമാണ്. നീണ്ട കാലത്തെ ചരിത്രമുള്ള ജനതയാണ് പ്രാദേശിക സമൂഹവുമായും ഇതര മതവിഭാഗങ്ങളുമായും നല്ല ബന്ധം സ്ഥാപിച്ച വിഭാഗം. സ്വാതന്ത്ര്യ സമരത്തിന്റെ സ്വഭാവം എന്നത് ബ്രിട്ടീഷ് വിരുദ്ധ മുന്നേറ്റങ്ങളോടൊപ്പം ഹിന്ദു-മുസ്ലീം ഐക്യവുമായിരുന്നു.

ഭൂരിപക്ഷ, ന്യൂനപക്ഷ ചിന്താഗതി വളർന്നുവരുകയും ഇന്ത്യാ വിഭ ജനത്തിൽ കലാശിക്കുകയും ചെയ്തു. എങ്കിലും സ്വതന്ത്ര ഇന്ത്യ സെക്കു ലർ റിപ്പബ്ലിക്ക് ആയി ലോകത്തിന് മുന്നിൽ തലയുയർത്തിപ്പിടിച്ചു. സങ്കു ചിത മതബോധത്തെയും അവയുടെ സംഘാടനത്തെയും ശക്തമായി നേരിട്ടു കൊണ്ടാണ് മതനിരപേക്ഷത വളർന്നത്. എല്ലാ പൗരന്മാരും തുല്യ രാണെന്ന് ഭരണഘടനയിലൂടെ ഉറപ്പുവരുത്തി. ഹിന്ദു-മുസ്ലീം സഹകരണം മാതൃകാപരമായിരുന്നു. കാര്യങ്ങൾ സമാധാനപരമായി മുന്നോട്ടു പോയി. പില്ക്കാലത്ത് തീവ്രമായ ഹിന്ദുത്വ ആശയങ്ങളും അതിന് ലഭിച്ച സ്വീകാ ര്യതയും മുസ്ലീം വിരുദ്ധ പ്രചാരണത്തിന് അവസരം സൃഷ്ടിച്ചു. ബാബറി

മസ്ജിദ്-രാമജന്മഭൂമി തർക്കത്തെ ആളിക്കത്തിച്ചു ഒടുവിൽ '1992 ഡിസം ബർ 6' എന്ന ദുരന്തത്തിലെത്തിച്ചു. ബാബറിന്റെ കാലത്ത് (രാമജന്മഭൂമി എന്ന് പറയപ്പെടുന്ന സ്ഥലത്തെ) ഹിന്ദുക്ഷേത്രം പൊളിച്ചാണ് മുസ്ലീം പള്ളി നിർമ്മിച്ചത് എന്നായിരുന്നു പ്രചാരണം. 1992 ൽ സംഘടിതരായ ആൾക്കൂട്ടം പള്ളി പൊളിച്ചു. എന്നാൽ തർക്കഭൂമിയെക്കുറിച്ച് നടന്ന കോടതി വ്യവഹാരങ്ങളുടെ അന്തിമവിധി 2019 ൽ സുപ്രീംകോടതി പുറ പ്പെടുവിച്ചു. ഹിന്ദുക്കൾ രാമന്റെ ജന്മഭൂമിയാണ് ഇതെന്ന് വിശ്വസിക്കുന്ന തുകൊണ്ട് തർക്ക സ്ഥലം ഹിന്ദുക്കൾക്ക് കൊടുക്കുന്നു. അതിനടുത്ത് മറ്റെവിടെയെങ്കിലും പള്ളിക്കായി അഞ്ച് ഏക്കർ നല്കണം. തെളിവ്, പുരാ വസ്തു വിദഗ്ദ്ധരുടെ പരിശോധനാ ഫലങ്ങൾ, ചരിത്ര രേഖകൾ എന്നി വയ്ക്കപ്പുറം വിശ്വാസത്തെ മുഖവിലയ്ക്കെടുത്തുകൊണ്ടുള്ള വിധിയെന്ന് ഇത് വിമർശിക്കപ്പെടുകയുണ്ടായി.

ജമ്മു കാശ്മീർ വിഭജനം രാജ്യത്തെ നടുക്കിയ മറ്റൊരു സംഭവമാണ്. സംസ്ഥാന നിയമസഭയുടെയോ ജനങ്ങളുടെയോ അഭിപ്രായം ആരാ യാതെ ജനനേതാക്കളെ ജയിലറയിലിട്ട്, പട്ടാളത്തെ വിന്യസിച്ച് വിഭജന നയം നടപ്പാക്കി. കാശ്മീരിന്റെ പ്രത്യേക പദവി നിഷ്കർഷിക്കുന്ന ഭരണ ഘടനയിലെ 370, 31 എ എന്നീ വകുപ്പുകൾ റദ്ദ് ചെയ്തു. സിക്കിം, നാഗാ ലാന്റ്, അരുണാചൽ പ്രദേശ്, അസം തുടങ്ങി പത്തോളം സംസ്ഥാന ങ്ങൾക്ക് പ്രത്യേക പരാമർശം ഉൾക്കൊള്ളുന്ന ഭരണഘടനാ വകുപ്പുകൾ അതേപടി തുടരുമ്പോൾ കാശ്മീരിനോട് മാത്രം എന്തിന് ഈ വിവേ ചനം? കാശ്മീരി ജനതയുടെ അന്യവല്ക്കരണത്തിന് ഇടയാക്കുന്ന തീരു മാനമായിരുന്നു ഇത്. ഏകീകൃത സിവിൽ കോഡിനായുള്ള ആക്രോശ ങ്ങൾ ശക്തിപ്പെടുന്നതിന്റെ പശ്ചാത്തലവും ചേർത്തുവായിക്കാം. വർഗ്ഗീയ വലതുപക്ഷവും അവരുടെ പ്രത്യയശാസ്ത്രവും ചേർന്ന് പൊതുബോ ധത്തെ സ്വാധീനിച്ചിട്ടുണ്ട്. ഇത് നീണ്ട കാലത്തെ പ്രവർത്തനഫലമാണ്.

ബനാറസ് ഹിന്ദു യൂണിവേഴ്സിറ്റിയിൽനിന്ന് മറ്റൊരു വാർത്ത പുറത്തുവന്നു. സംസ്കൃതം അസി. പ്രൊഫസറായി നിയമിതനായ ഫിറോ സ്ഖാൻ അവിടെ പഠിപ്പിക്കാൻ പാടില്ല എന്ന ഭീഷണിയുമായി സംഘപരി വാർ ആശയഗതിക്കാരായ ആളുകൾ പ്രതിഷേധിച്ചു. ഇന്ത്യയിലെ അക്കാ ദമിക് സമൂഹം ശക്തമായി പ്രതികരിക്കേണ്ട സംഭവമാണ്. ചെറിയ പ്രായ ത്തിലേ സംസ്കൃതം പഠിച്ച്, ഡിഗ്രിയും പി ജിയും നല്ല മാർക്ക് വാങ്ങി ജയിച്ച് യു ജി സി യോഗ്യതകൾ നേടി നിയമനത്തിനായുള്ള സർവ്വകലാ ശാലയുടെ മാനദണ്ഡങ്ങൾ പ്രകാരം വിജയിച്ചു വന്ന ഒരു അദ്ധ്യാപകൻ. അയാൾക്ക് ഇന്ത്യയിലെവിടെയും പഠിപ്പിക്കാൻ/ജോലി ചെയ്യാൻ ഭരണ ഘടനാപരമായ അവകാശമുണ്ട്. നാം പിന്തുടരുന്നത് ഇന്ത്യൻ ഭരണഘ ടനയാണ്. അതിപ്പോഴും ഇവിടെത്തന്നെയുണ്ട്. അയാൾ ഒരു പ്രത്യേക മതത്തിൽപ്പെട്ട ആളായതുകൊണ്ട് സംസ്കൃതം പഠിപ്പിക്കരുതെന്നാണ്

വാദം. എത്ര ആലോചിട്ടിട്ടും മനസ്സിലാവാത്തത് ഏതെങ്കിലും മത ത്തിൽപ്പെട്ടവർക്ക് മാത്രമായി രണ്ടാംകിട പൗരത്വം ഏർപ്പെടുത്തിയിട്ടുണ്ടോ എന്നതാണ്. വിദ്യാഭ്യാസം, തൊഴിൽ, സാമൂഹ്യ-സാംസ്കാരികജീവിതം എന്നിവിടങ്ങളിൽ വിവേചനം ഉണ്ടാവുന്നത് ജനാധിപത്യത്തെയും ബഹു സ്വരതയെയും ദുർബ്ബലമാക്കും. ഇത് മനസ്സിലാക്കി പ്രതിരോധം ഉയർത്തേണ്ട സമയമാണ്.

വാദം. എത്ര ആലോചിട്ടിട്ടും മനസ്സിലാവാത്തത് ഏതെങ്കിലും മത ത്തിൽപ്പെട്ടവർക്ക് മാത്രമായി രണ്ടാംകിട പൗരത്വം ഏർപ്പെടുത്തിയിട്ടുണ്ടോ എന്നതാണ്. വിദ്യാഭ്യാസം, തൊഴിൽ, സാമൂഹ്യ-സാംസ്കാരികജീവിതം എന്നിവിടങ്ങളിൽ വിവേചനം ഉണ്ടാവുന്നത് ജനാധിപത്യത്തെയും ബഹു സ്വരതയെയും ദുർബ്ബലമാക്കും. ഇത് മനസ്സിലാക്കി പ്രതിരോധം ഉയർത്തേണ്ട സമയമാണ്.

ദേശസ്നേഹത്തെ ചോദ്യം ചെയ്യുന്നവർ

മനുഷ്യരെ ഭിന്നിപ്പിക്കുകയും മാനവഐക്യത്തെ ശിഥിലമാക്കു കയും ചെയ്യുന്ന രോഗമാണ് തീവ്രദേശീയത. ഒന്നും രണ്ടും ലോകയുദ്ധ ങ്ങൾക്ക് പിന്നിൽ തീവ്രദേശീയത, വംശീയവാദം എന്നിവയുടെ പങ്ക് വലു താണ്. ആധുനിക ദേശരാഷ്ട്രങ്ങൾ വികാസം പ്രാപിച്ചിട്ടും പലയിടങ്ങ ളിലും ഹിംസാത്മകമായ ദേശീയത ശക്തിപ്പെട്ടു. വംശീയ വിദ്വേഷം, മത പരമായ അസഹിഷ്ണുത, ന്യൂനപക്ഷ സമൂഹങ്ങളോടുള്ള വെറുപ്പ് എന്നിവ അതിന്റെ ഭാഗമാണ്. ഒരു വിഭാഗം ജനങ്ങൾ നിരന്തരം തങ്ങ ളുടെ ദേശക്കൂറ് തെളിയിക്കേണ്ടി വരുന്നത് ഒട്ടും ശുഭകരമല്ല.

ദേശീയതയെപ്പറ്റിയുള്ള പുതിയ ചോദ്യങ്ങൾ ഉയരുന്ന വർത്തമാന കാലമാണ്. ഇന്ത്യൻ ദേശീയതയ്ക്ക് ആയിരക്കണക്കിന് വർഷങ്ങളുടെ പാരമ്പര്യമുണ്ടെന്നാണ് ആർ എസ് എസ് ഭാഷ്യം. ഋഷിമാരുടെയും സന്ന്യാസിമാരുടെയും പാരമ്പര്യത്തെ ആധുനിക ദേശീയതയായി വ്യാഖ്യാനിക്കാനാണ് ശ്രമം. സത്യമെന്താണ്? ലോകചരിത്രത്തിൽ ദേശീ യതയുമായി ബന്ധപ്പെട്ട ആധികാരിക രേഖ വെസ്റ്റ്ഫാലിയ ഉടമ്പടി (1648) യാണ്. ദേശരാഷ്ട്രം, പരമാധികാരം, അന്തർദ്ദേശീയ നിയമങ്ങൾ തുട ങ്ങിയവ കടപ്പെട്ടിരിക്കുന്നത് വെസ്റ്റ്ഫാലിയ ഉടമ്പടിയോടാണ്. അക്കാ ലത്ത് യൂറോപ്യൻ രാജ്യങ്ങൾക്കിടയിൽ ചർച്ച നടന്നു. രാജ്യങ്ങളുടെ ആഭ്യ ന്തരകാര്യങ്ങളിൽ ഇടപെടാതിരിക്കുക എന്നിങ്ങനെയുള്ള വിഷയങ്ങളിൽ വ്യവസ്ഥകൾ ഉറപ്പുവരുത്തി നിരവധി അന്തർദ്ദേശീയ നിയമങ്ങൾ രൂപ പ്പെടാനുള്ള ആധാരവും വെസ്റ്റ്ഫാലിയ ഉടമ്പടിയാണ്.

ഏഷ്യൻ രാജ്യങ്ങളിൽ ഉൾപ്പെടെ 19-ാം നൂറ്റാണ്ടിൽ ശക്തമായ കോള നിവിരുദ്ധ സമരങ്ങൾ നടന്നു. വ്യത്യസ്ത മത, ജാതി, ഭാഷാ സമൂഹ ങ്ങളും, വിശ്വാസികൾ, അവിശ്വാസികൾ ഉൾപ്പെടെ ലക്ഷോപലക്ഷം ജന

ങ്ങളും നടത്തിയ സമരമാണ് ഇന്ത്യൻ ദേശീയതയ്ക്ക് അടിസ്ഥാനം. ഇന്ത്യൻ ദേശീയതയെ മതദേശീയതയായി മാറ്റാൻ കഠിനമായ ശ്രമം നട ക്കുകയാണ്. നിരവധി മതസമൂഹങ്ങൾ ഇന്ത്യയുടെ നാനാമേഖലകളിൽ സംഭാവന ചെയ്തിട്ടുണ്ട്. ഹിന്ദുരാഷ്ട്രം എന്നത് ആർ എസ് എസ് പദ്ധ തിയാണ്. സ്വാതന്ത്ര്യത്തിനുമുമ്പ് ഇന്ത്യയിൽ നിരവധി മതസമുദായങ്ങ ളിൽപ്പെട്ടവർ നാട്ടുരാജ്യങ്ങളുടെ ഭരണാധികാരികളായിരുന്നു.

എന്നാൽ അതൊന്നും 'മതരാഷ്ട്ര'ങ്ങളായിരുന്നില്ല. മതപരമായ ഘടക കങ്ങൾ ഭരണപരമായ രീതികളിൽ എവിടെയെങ്കിലും കണ്ടേക്കാം. ഭരണാ ധികാരികൾ വിശ്വാസികൾ ആയിരുന്നിരിക്കാം. എന്നാൽ അതിനപ്പുറം മതരാഷ്ട്രങ്ങളുടെ രൂപീകരണം നടന്നിട്ടില്ല. എന്നാൽ മതത്തെ ദേശീയ തയുമായി ബന്ധപ്പെടുത്തിയുള്ള സങ്കല്പത്തിന് അടിത്തറയൊരുക്കിയത് 1920 കളിലാണ്. ഋഗ്വേദവുമായും പൗരാണിക കാലവുമായും ദേശീയ തയ്ക്ക് ബന്ധമുണ്ടെന്ന് സ്ഥാപിച്ചത് രാധാകുമുദ് മുഖർജിയാണ്. വി ഡി സവർക്കറുടെ നിലപാടുകളും രചനകളും ഹിന്ദുത്വ ദേശീയതയെ നിർവ്വചിച്ചു. എം എസ് ഗോൾവാൾക്കറാണ് ഇതിനെ പൂർണ്ണമായി വിക സിപ്പിച്ചത്. ബി എസ് മുൻജേയുടെ നിലപാടുകളിലും ഈ ചിന്താഗതി കാണാം. മുസ്ലീം സമൂഹത്തിലും ഇപ്രകാരം മതദേശീയതാ സങ്കല്പ ങ്ങൾ വളർന്നു. അലിഗഢ് പ്രസ്ഥാനവും മുഹമ്മദ് അലി ജിന്നയെപ്പോ ലുള്ള വ്യക്തികളും മുസ്ലീം ദേശീയതയിലേക്ക് നീങ്ങി.

സ്വാതന്ത്ര്യത്തിനായി ജനങ്ങൾ നടത്തിയ സമരമാണ് ഇന്ത്യൻ ദേശീ യതയുടെ അടിസ്ഥാനം. ജാതി, മത, വംശ, ഭാഷാ വ്യത്യാസങ്ങൾക്കതീ തമായി നിലകൊണ്ട പ്രസ്ഥാനമാണ് സ്വാതന്ത്ര്യസമരം. അടിച്ചമർത്തപ്പെട്ട ജനതയുടെ ഉയിർത്തെഴുന്നേല്പ് ദേശീയ സ്വാതന്ത്ര്യ സമരത്തിലൂടെ ആയിരുന്നു. വ്യത്യസ്ത ജനവിഭാഗങ്ങളെ ഒന്നിപ്പിച്ചത് സ്വാതന്ത്ര്യം എന്ന സ്വപ്നമാണ്. ഏതെങ്കിലും മതത്തിനോ ജാതിക്കോ ഭാഷയ്ക്കോ പ്രത്യേക ഔന്നത്യം കല്പിക്കുന്ന ഭരണഘടനയല്ല നമ്മുടേത്. അതുകൊണ്ടുതന്നെ ദേശീയ മതം, ദേശീയ മതഗ്രന്ഥം, ദേശീയ വേഷം തുടങ്ങിയവ ഈ രാഷ്ട്രത്തിനു ഇല്ല. ഹിന്ദി ഔദ്യോഗിക ഭാഷ ആണെങ്കിലും (official language) അതിനെ ദേശീയഭാഷ ആയി (national language) കരുതു ന്നില്ല. ഇന്ന് ഇന്ത്യ എന്ന് നാം വിളിക്കുന്ന പ്രദേശം ഭൂമിശാസ്ത്രപര മായി രൂപം കൊണ്ടിട്ട് ആയിരക്കണക്കിന് വർഷമായെങ്കിലും ഒരു ആധു നിക രാഷ്ട്രമായി മാറുന്നത് 1947 ലാണ്. അങ്ങനെ ഒരു രാഷ്ട്രരൂപീക രണം സാദ്ധ്യമായത് മതനിരപേക്ഷ മൂല്യങ്ങൾ ഉയർത്തിപ്പിടിച്ചു കൊണ്ട് ജനങ്ങൾ നടത്തിയ സ്വാതന്ത്ര്യ സമരത്തിലൂടെയും ജന്മി-നാടുവാഴി വിരുദ്ധ പോരാട്ടത്തിലൂടെയും ആണ്. നിർഭാഗ്യവശാൽ ഇന്ത്യയെ ഒരു മതരാഷ്ട്രമാക്കി മാറ്റാൻ നീക്കം നടക്കുന്നു. വിമർശനവും അഭിപ്രായ സ്വാതന്ത്ര്യവും ഭരണഘടനയിലുണ്ട്. എന്നാൽ വിയോജിക്കുന്നവരെ ദേശ വിരുദ്ധർ എന്ന് വിളിച്ചു നാടുകടത്താനുള്ള ആഹ്വാനമാണ് വന്നുകൊ ണ്ടിരിക്കുന്നത്. ദേശീയത മനുഷ്യരെ ഭിന്നിപ്പിക്കാനുള്ള ആയുധമാക്കി

മാറ്റുകയാണ് ആർ എസ് എസ്. ദേശസ്നേഹികൾ തങ്ങൾ മാത്രമാ ണെന്നും മറ്റുള്ളവർ ദേശവിരുദ്ധരാണെന്നും അവർ പ്രഖ്യാപിക്കുന്നു. കമ്യൂണിസ്റ്റുകാരെ ദേശവിരുദ്ധരെന്നു ചിത്രീകരിക്കുന്നു. സംഘപരിവാ റിന് പ്രിയമുള്ളവരെ ചേർത്ത് വ്യാജസ്വാതന്ത്ര്യ സമര ചരിത്രം നിർമ്മി ക്കുകയും ചെയ്യുന്നു.

സ്വാതന്ത്ര്യ സമരത്തിൽ ഉടനീളം മഹത്തായ സംഭാവന നല്കിയ കമ്യൂണിസ്റ്റ് പാർട്ടിക്കെതിരെ ഏകപക്ഷീയമായ പ്രചാരണമാണ് ആർ എസ് എസ് നടത്തുന്നത്. പൂർണ്ണ (പൂർണ്ണസ്വരാജ്) സ്വാതന്ത്ര്യം എന്ന മുദ്രാവാക്യം ആദ്യമായി മുന്നോട്ടുവച്ചത് ഇന്ത്യയിലെ കമ്യൂണിസ്റ്റുകാ രാണ്. 1921 ൽ ഇന്ത്യൻ നാഷണൽ കോൺഗ്രസിന്റെ സമ്മേളനവേദിയിൽ കമ്യൂണിസ്റ്റ് ആശയഗതിക്കാരായ നേതാക്കൾ ഇത് വ്യക്തമാക്കി. കോൺ ഗ്രസ് പോലും അന്ന് ഇതിനോട് യോജിച്ചില്ല. തുടർന്ന് നടന്ന സമ്മേളന ങ്ങളിലും പരിപാടികളിലും കമ്യൂണിസ്റ്റുകൾ ഇത് ആവർത്തിച്ചു. ദേശീയ സ്വാതന്ത്ര്യസമരത്തിൽ പങ്കെടുത്ത പതിനായിരക്കണക്കിന് കമ്യൂണിസ്റ്റു കാർക്ക് വിവരണാതീതമായ പീഡനം ഏറ്റുവാങ്ങേണ്ടി വന്നു. പെഷവാർ ഗൂഢാലോചന കേസ് (1922–27) കാൺപൂർ ഗൂഢാലോചന കേസ്, മീററ്റ് ഗൂഢാലോചന കേസ് തുടങ്ങി രാജ്യത്തെങ്ങും ഇത്തരം അനേകം കേസു കളിലൂടെ ബ്രിട്ടീഷുകാർ കമ്യൂണിസ്റ്റുകാരെ വേട്ടയാടി. ജയിലിലടച്ചു. മീററ്റ് കേസിൽ ബ്രിട്ടീഷുകാർക്കെതിരെയുള്ള ആശയ പ്രചരണ വേദി യായി കമ്യൂണിസ്റ്റുകാർ കോടതിവിചാരണയെ മാറ്റി. ഈ കേസിലെ തട വുകാരെ മോചിപ്പിക്കണം എന്ന ആവശ്യം ലോകവ്യാപകമായി ശ്രദ്ധ നേടി. ആൽബർട്ട് ഐൻസ്റ്റീൻ, എച്ച് ജി വെൽസ്, ബർണാഡ് ഷാ അട ക്കമുള്ളവർ ഈ ആവശ്യമുന്നയിച്ച് പ്രസ്താവന ഇറക്കി.

ആർ എസ് എസ് രൂപം കൊണ്ടശേഷം സംഘടന എന്ന നിലയിൽ സ്വാതന്ത്ര്യ പ്രക്ഷോഭത്തിൽ പങ്കെടുക്കുകയോ കാര്യമായി ഒരുവിധ പീഡ നവും അനുഭവിക്കുകയോ ചെയ്തിട്ടില്ല ബ്രിട്ടീഷുകാർക്കെതിരായ സമ രത്തെ ദുർബ്ബലപ്പെടുത്താൻ ചില മുസ്ലീം വർഗ്ഗീയവാദികൾ ശ്രമിച്ചതു പോലെ തന്നെ ആർ എസ് എസും അത് നിർവ്വഹിച്ചു. ബ്രിട്ടീഷുകാരെ എതിർത്ത് സമയം കളയരുതെന്ന് ആർ എസ് എസ് നേതാക്കൾ അണി കളെ ഉദ്ബോധിപ്പിച്ചു. ഗോൾവാൾക്കർ സാമ്രാജ്യത്വവിരുദ്ധ സമരത്തെ പരിഹസിച്ചയാളാണ്. സ്വതന്ത്ര ഇന്ത്യയുടെ ദേശീയ പതാക കാവിക്കൊടി ആയിരിക്കണം എന്ന് ആർ എസ് എസ് പ്രസിദ്ധീകരണമായ *ഓർഗനൈ സർ* (1947 ജൂലൈ 17 ലക്കം) നിർദ്ദേശിച്ചു. ത്രിവർണ്ണ പതാകയെ അവ ഹേളിച്ചുകൊണ്ട് 1947 ആഗസ്ത് 14 ലക്കം *ഓർഗനൈസർ* എഴുതി: "വിധി യുടെ തൊഴി മൂലം അധികാരത്തിലെത്തിയ ആളുകൾ നമ്മുടെ കരങ്ങ ളിൽ ത്രിവർണ്ണ പതാക തന്നെന്നിരിക്കും. എന്നാൽ അതൊരിക്കലും ആദ രിക്കപ്പെടുകയോ ഹിന്ദുക്കളതിനെ സ്വന്തമെന്ന് വിളിക്കുകയോ ചെയ്യുക യില്ല. മൂന്ന് എന്ന വാക്ക് തന്നെ ഒരു തിന്മയാണ്. മൂന്ന് വർണ്ണങ്ങളുള്ള ഒരു പതാക തീർച്ചയായും വളരെ മോശപ്പെട്ട മാനസികാവസ്ഥ ഉണ്ടാ

ക്കുകയും ഒരു രാജ്യത്തിന് അപകടമുണ്ടാക്കുകയും ചെയ്യും..." ബ്രിട്ടീ
ഷുകാർക്ക് മാപ്പെഴുതി നല്കിയവരെയാണ് ബി ജെ പി ദേശാഭിമാനിക
ളായി ഇന്ന് വാഴ്ത്തുന്നത്. ജനങ്ങളുടെ ഐക്യത്തെ ശിഥിലമാക്കാനാണ്
അവർ പ്രവർത്തിച്ചത്.

ഇന്ത്യൻ ദേശീയത ബ്രാഹ്മണിക്കൽ ആർഷ സംസ്കൃതിയുടെ ഉല്പ
ന്നമല്ല. ലോകത്തെവിടെ ആയാലും ദേശീയത അതൊരു ആധുനിക സങ്ക
ല്പമാണ്. വ്യത്യസ്ത മത-ജാതി-ഉപജാതി-ഭാഷ-സാംസ്കാരിക വൈജാ
ത്യങ്ങൾ നിറഞ്ഞ ഈ നാട്ടിൽ അതിനെല്ലാം അപ്പുറമാണ് 'നമ്മുടെ
സ്വാതന്ത്ര്യം' എന്ന ബോധത്തോടെ ജനത നടത്തിയ ധീരമായ സാമ്രാ
ജ്യത്വവിരുദ്ധ സമരമാണ് ഇന്ത്യൻ ദേശീയതയ്ക്ക് നിദാനം. ഹിന്ദു, മുസ്ലീം,
സിഖ്, ബുദ്ധ, ജൈന (ഇനിയും അനേകം മതങ്ങൾ) വിഭാഗങ്ങൾ, മതര
ഹിതർ, വൈവിധ്യപൂർണ്ണമായ സാംസ്കാരിക സവിശേഷതകളും
പ്രകൃതിസ്നേഹവും കൈമുതലായ ആദിവാസികൾ, അടിച്ചമർത്തപ്പെട്ടു
കിടന്നവരും അദ്ധ്വാനികളുമായ ദളിതർ അങ്ങനെ അനേകം സമൂഹങ്ങൾ
ഈ ദേശീയതയുടെ ഭാഗമാണ്. സ്വാതന്ത്ര്യസമരത്തെ ഒറ്റുകൊടുക്കാൻ
ശ്രമിച്ചവരാണ് ആർ എസ് എസ്. ദേശീയ സ്വാതന്ത്ര്യസമരം നയിച്ച
കോൺഗ്രസ് - കമ്മ്യൂണിസ്റ്റ് - സോഷ്യലിസ്റ്റ് പ്രസ്ഥാനങ്ങൾ. അവരെല്ലാം
രാജ്യത്തിന്റെ സ്വാതന്ത്ര്യത്തിനായി മഹത്തായ സംഭാവന നല്കി. ഹിന്ദു
മുസ്ലീം ഐക്യവും പുരോഗമനമൂല്യങ്ങളും ആ സമരത്തിൽ പ്രകടമായി
രുന്നു. ആ പാരമ്പര്യത്തിന്റെ നേരവകാശികൾ രാജ്യത്തെ ജനകോടിക
ളാണ്. ഇത് ജനങ്ങളുടെ രാജ്യമാണ്. ഇന്ത്യൻ ദേശീയത, മതരനിരപേക്ഷ
ദേശീയതയാണ്; മതദേശീയതയല്ല. രാജ്യസ്നേഹം   സ്നേഹരാജ്യ
ത്തിന്റെ വിളംബരമാവണം. രാജ്യസ്നേഹം സ്വാഭാവികവും സർഗ്ഗാത്മ
കവുമായ സാംസ്കാരിക അനുഭവമാണ്. പരസ്പര സഹകരണവും സഹി
ഷ്ണുതയുമാണ്. മതവർഗ്ഗീയതയ്ക്കും ഭീകരവാദത്തിനും തീവ്രവാദ
ത്തിനും ജാതിവിവേചനത്തിനും എതിരായ പോരാട്ടമാണ് വളർന്നുവരേ
ണ്ടത്.

സി പി ഐ (എം) ജനറൽ സെക്രട്ടറി സീതാറാം യെച്ചൂരി രാജ്യ
സഭ അംഗമായിരുന്നപ്പോൾ നടത്തിയ ഒരു പ്രസംഗം ഇപ്രകാരമാണ്:
ജെ എൻ യുവിൽ പഠിച്ച കാലത്ത് അസമിൽനിന്നു വന്നിരുന്ന വിദ്യാർത്ഥി
യായിരുന്നു നിരഞ്ജൻ താലൂക്ക്ദാർ. അസമിലെ തീവ്രവാദികൾ അദ്ദേ
ഹത്തെ കൊന്ന് ശരീരം തുണ്ടം തുണ്ടമാക്കി ചാക്കിൽ കെട്ടി കിണറ്റിൽ
എറിയുകയായിരുന്നു. ആ വാർത്ത ജെ എൻ യുവിൽ എത്തിയപ്പോൾ
വിദ്യാർത്ഥികൾ വിളിച്ച മുദ്രാവാക്യം "നിങ്ങൾക്ക് ഞങ്ങളുടെ ശരീരത്തെ
തുണ്ടം തുണ്ടമാക്കാൻ പറ്റുമായിരിക്കും. പക്ഷേ, ഞങ്ങളുടെ രാജ്യത്തെ
തുണ്ടം തുണ്ടമാക്കാൻ അനുവദിക്കില്ല." ഈ തീവ്രവാദത്തിന് എതിരാ
യാണ് ഞങ്ങൾ എപ്പോഴും നിലകൊള്ളുന്നത്. അന്ന് അങ്ങനെ മുദ്രാ
വാക്യം വിളിച്ച ഞങ്ങളോട് ഇന്ന് ദേശസ്നേഹത്തെപ്പറ്റി പ്രഭാഷണം നട
ത്തേണ്ടതില്ല. ആർ എസ് എസ് ദേശീയതയെപ്പറ്റി നടത്തുന്ന വാക്കുകൾ

ആത്മാർത്ഥതയില്ലാത്തതാണ്. അപരവിദ്വേഷം നിറച്ചതാണ്.

പൗരത്വ വിഷയത്തിൽ സമരം ചെയ്തവർക്കുനേരെ യു പിയിലെ പൊലീസ് ക്രൂരമായി പെരുമാറി. മീററ്റിൽ പ്രാർത്ഥനയ്ക്ക് എത്തിയ ന്യൂന പക്ഷ വിഭാഗക്കാരോട് വിദ്വേഷപൂർവ്വം പെരുമാറുകയും 'പാകിസ്ഥാനി ലേക്ക് പൊയ്ക്കോ' എന്ന് ആക്രോശിക്കുകയും ചെയ്ത മീററ്റ് പൊലീസ് സൂപ്രണ്ട് അഖിലേഷ് നാരായണൻ സിങ് ഒരു പ്രതീകമാണ്. എല്ലാത്തി നെയും ജയിലിൽ അടയ്ക്കുമെന്നും എല്ലാം തകർക്കുമെന്നും ഇവിടെ ജീവിക്കാൻ ആഗ്രഹമില്ലാത്തവർ ഉണ്ടെങ്കിൽ അവർ പാകിസ്ഥാനിലേക്ക് പോകണം എന്നിങ്ങനെയുള്ള ആക്രോശ പ്രകടനമാണ് നടന്നത്. എന്തി നാണ് മതന്യൂനപക്ഷങ്ങളെ ആക്ഷേപിക്കാൻ 'പാകിസ്ഥാനിലേക്ക് പറ ഞ്ഞുവിടും' എന്ന് ഭീഷണിപ്പെടുത്തുന്നത്? ഇന്ത്യയിലെ ന്യൂനപക്ഷങ്ങളെ സംബന്ധിച്ച് പാകിസ്ഥാൻ എന്നാൽ മതപരമോ വിശ്വാസപരമോ ആയി വൈകാരികതയുള്ള രാജ്യമല്ല. മറ്റൊരു ഇന്ത്യക്കാരനെപ്പോലെയും അതൊരു അയൽരാജ്യം മാത്രമാണ്. മറ്റ രാജ്യങ്ങളിൽ പ്രവാസം നയി ക്കുന്നിന്റെ കണക്ക് നോക്കിയാൽ സൗദിഅറേബ്യ, യു എ ഇ, ഖത്തർ, ഒമാൻ, കുവൈറ്റ് തുടങ്ങിയ രാജ്യങ്ങളിലാണ് അധികമാളുകൾ. യൂറോ പ്പിലും അമേരിക്കയിലും തൊഴിൽ ചെയ്യുന്നവരുമുണ്ട്. എല്ലാ മതസ്ഥരും ഇതിലുണ്ട്. സ്വാതന്ത്ര്യപൂർവ്വകാലത്ത് ദ്വിരാഷ്ട്രവാദം ഉയർത്തിയത് ഹിന്ദു – മുസ്ലീം വർഗ്ഗീയവാദികളാണ്. ഹിന്ദുമഹാസഭയും അന്നത്തെ മുസ്ലീം ലീഗും ഈ നിലപാട് സ്വീകരിച്ചു. ഇന്ത്യ വിഭജിക്കപ്പെട്ടു. സംഘർഷങ്ങ ളുണ്ടായി. മഹാത്മാഗാന്ധി സമാധാനദൂതുമായി കലാപസ്ഥലങ്ങളി ലെത്തി. മൗലാന അബ്ദുൾകലാം ആസാദിനെപ്പോലുള്ള രാജ്യസ്നേ ഹികൾ ഹിന്ദു – മുസ്ലീം ഐക്യം, മറ്റെന്തിനേക്കാളും വലുതെന്ന് പ്രഖ്യാ പിച്ചു. ഇന്ത്യ വിഭജനം എന്നാൽ ഇവിടെ ഉണ്ടായിരുന്ന മുഴുവൻ മുസ്ലീ ങ്ങളും പാകിസ്ഥാൻ തെരഞ്ഞെടുത്തു എന്നല്ല അർത്ഥം. ലക്ഷോപലക്ഷം മുസ്ലീങ്ങൾ ഇന്ത്യയെ സ്വരാജ്യമായി ചേർത്ത് പിടിച്ച് ഈ മണ്ണിൽ നില യുറപ്പിച്ചു. അവരുൾപ്പെടെ സർവ്വമത-ജാതി വിഭാഗത്തിൽപ്പെട്ടവരും സമര ഭടന്മാരും നടത്തിയ സമരമാണ് സ്വാതന്ത്ര്യത്തിന് ആധാരം. വിഭജനം നടന്ന് ഏഴ് പതിറ്റാണ്ടായി എന്നിട്ടും ന്യൂനപക്ഷങ്ങളെ സംശയത്തോടെ വീക്ഷിക്കുന്ന വർഗ്ഗീയവാദികളുണ്ട്. പാകിസ്ഥാനിലേക്ക് കയറ്റിവിടും എന്നൊക്കെയുള്ള ഭീഷണികൾ നിന്ദ്യവും നികൃഷ്ടവുമാണ്. തങ്ങളുടെ പൂർവ്വികരുടെകൂടി കണ്ണീരും ചോരയും വിയർപ്പും കൊണ്ട് നെയ്തെടുത്ത രാഷ്ട്രത്തിന്റെ ഭൂപടത്തിൽനിന്ന് തന്നെയും കുടുംബത്തെയും പുറത്താ ക്കുമെന്ന്! ആർ എസ് എസ് ഭരണത്തിന്റെ ബലത്തിൽ ഇത്തരം ഭീഷണി മുഴക്കുന്ന യു പിയിലെ പൊലീസ് ഉദ്യോഗസ്ഥരെ നിലയ്ക്ക് നിർത്ത ണം. ബ്രിട്ടീഷ് പട്ടാളത്തിന്റെ സായുധാക്രമണത്തെ ഒറ്റക്കെട്ടായി എതിർത്ത മതേതര ജനാധിപത്യസമൂഹം – പൗരത്വഭേദഗതി നിയമത്തെ ശക്തമായി നേരിടുകതന്നെ ചെയ്യും.

ഫെഡറലിസത്തിന്റെ തകർച്ച

ഒന്ന്

സംസ്ഥാനങ്ങളുടെ അവകാശങ്ങൾ ഹനിക്കുന്നതും യുക്തിഹീന വുമായ നിയമനിർമ്മാണം ഫെഡറലിസത്തെ ദുർബ്ബലപ്പെടുത്തും. കേന്ദ്ര -സംസ്ഥാന ബന്ധങ്ങളെ ബാധിക്കും. ക്രമസമാധാനപാലനം പോലുള്ള വിഷയങ്ങളിലേക്ക് അനാവശ്യമായി കൈകടത്താനും സംസ്ഥാന സർക്കാ രുകളെ വെല്ലുവിളിക്കാനുമാണ് ബി ജെ പി നയിക്കുന്ന കേന്ദ്രസർക്കാ രിന് താല്പര്യം. രാജ്യം മുഴുവൻ ബീഫ് നിരോധനം ലക്ഷ്യംവച്ച്, കന്നു കാലിച്ചന്തകൾപോലും നിരോധിക്കാനുള്ള വിജ്ഞാപനം പുറപ്പെടുവി ച്ചത് വ്യാപക വിമർശനത്തിനിടയാക്കി. ഇത്തരം വിഷയങ്ങൾ സംസ്ഥാന അധികാരത്തിൽപ്പെട്ടവയാണ്. ശക്തമായ കേന്ദ്രവും ദുർബ്ബലമായ സംസ്ഥാനങ്ങളുമാണ് ബി ജെ പി ലക്ഷ്യംവയ്ക്കുന്നത്. ഇത് ഭരണഘ ടനാ മൂല്യങ്ങളോടുള്ള അനാദരവാണ്. പുതിയ കരിനിയമങ്ങൾ നിർമ്മി ക്കുന്നതും ജമ്മുകാശ്മീരിനെ വെട്ടിമുറിച്ചതും ഫെഡറലിസത്തിനെതി രായ കടന്നാക്രമണമാണ്.

തുറന്ന ചർച്ചകൾക്കും പാർലമെന്ററി കമ്മിറ്റികളുടെ പരിശോധ നയ്ക്കും കാത്തുനില്ക്കാതെ, പാർലമെന്റിലെ ഭൂരിപക്ഷമുപയോഗിച്ച് കരിനിയമങ്ങൾ നിർമ്മിക്കപ്പെടുകയാണ്. രാജ്യത്തിന്റെ പ്രതിപക്ഷത്തെ വിശ്വാസത്തിലെടുക്കാതെ അവരോട് ആക്രോശിച്ചും വിദ്വേഷപൂർവ്വം വിരൽചൂണ്ടിയും ഭീഷണിപ്പെടുത്തിയും തങ്ങളുടെ ഇംഗിതങ്ങൾ നടപ്പാ ക്കാൻ ഭരണകക്ഷി ശ്രമിക്കുന്നത് ജനാധിപത്യത്തിന്റെ ദുർഗ്ഗതിയാണ്.

എൻ ഐ എ, യു എ പി എ നിയമഭേദഗതികൾ ഓരോ പൗരനെയും അസ്വസ്ഥപ്പെടുത്തുന്നു. ലക്ഷണമൊത്ത 'ഒരു പൊലീസ് സ്റ്റേറ്റി'ന്റെ

നിർമ്മിതിയിലേക്ക് നീങ്ങുന്നതിന്റെ തുടക്കമാണ്. പീഡിത ന്യൂനപക്ഷ ങ്ങളെയും ദളിതരെയും പൗരാവകാശ പ്രവർത്തകരെയും വേട്ടയാടാനുള്ള അവസരമാണ്. കേന്ദ്ര സർക്കാരിന്റെ നയങ്ങളെ എതിർക്കുന്നവരെല്ലാം ടാർജറ്റ് ഗ്രൂപ്പിലുണ്ടാവും. രാജ്യസ്നേഹി/രാജ്യദ്രോഹി ദ്വന്ദ്വം സൃഷ്ടി ക്കുന്ന പ്രശ്നങ്ങൾ ചില്ലറയല്ലെന്ന് ഓരോ ആൾക്കൂട്ടക്കൊലയും തെളി യിച്ചുകൊണ്ടിരിക്കുന്നു.

കാലാകാലമായി രാജ്യം ഭരിച്ചവർ 'ഫെഡറൽ രാഷ്ട്രഘടന'യിൽ ഇടപെട്ട് ഉണ്ടാക്കിയ മാറ്റം നമുക്കറിയാമല്ലോ. പല കാര്യങ്ങളിലും സംസ്ഥാനങ്ങളുടെ അധികാരം കവർന്നെടുത്തു. സംസ്ഥാനങ്ങളിൽ കടന്നുകയറാൻ, അന്യായമായി കേന്ദ്രത്തിന് അധികാരം കൊടുക്കുക യാണ് യു എ പി എ നിയമ ഭേദഗതി. സംസ്ഥാനത്തെ പൊലീസ് ചീഫ് ആയ ഡി ജി പിയെ പോലും അറിയിക്കാതെ, പ്രസ്തുത സ്ഥലങ്ങളിൽ ഇടപെടാൻ എൻ ഐ എയുടെ ഒരു ഇൻസ്പെക്ടർക്കുപോലും അധി കാരം നല്കുകയാണ്. ഭീകരതയുമായി ബന്ധപ്പെട്ട കേസുകൾ അന്വേ ഷിക്കാൻ ഡി വൈ എസ് പി റാങ്കിൽ കുറയാത്ത ഉദ്യോഗസ്ഥൻ ഇനി വേണ്ട; എൻ ഐ എയുടെ ഒരു ഇൻസ്പെക്ടർ മതി. ഇതാണ് നിയമ ഭേദഗതി. സംഘടനകളെ എന്നപോലെ വ്യക്തിയെയും ഇനി 'ഭീകരവാദി' ആയി പ്രഖ്യാപിക്കാമെന്നും സംസ്ഥാനങ്ങളോട് ആലോചിക്കാതെ തന്നെ അവരുടെ സ്വത്തു കണ്ടുകെട്ടാമെന്നും വ്യക്തമാക്കപ്പെട്ടു. അപ്പോൾ ഫെഡറലിസത്തിന്റെ അർത്ഥമെന്താണ്? സംസ്ഥാന സർക്കാരുകളുടെ അവകാശം എന്താണ്?

രാജ്യത്തെ ബാധിക്കുന്ന പുതിയ നിയമങ്ങൾ/നിയമ ഭേദഗതികൾ തിടുക്കത്തിൽ പാസാക്കാൻ ബി ജെ പി സർക്കാർ കാട്ടുന്ന ആവേശം ഏകാധിപത്യത്തിലേക്ക് നീങ്ങും. രാജ്യത്തെ നിർണ്ണായക ബില്ലു കൾപോലും സമയമെടുത്ത് ചർച്ച ചെയ്യുന്നില്ല. പാർലമെന്റ് സ്റ്റാന്റിങ് കമ്മിറ്റികളെയോ സെലക്റ്റ് കമ്മിറ്റിയെയോ പരിശോധിക്കാൻ അനുവദി ക്കാതെ ഏകപക്ഷീയമായി ബില്ലുകൾ പാസാക്കുന്നു. എല്ലാ കീഴ്‌വഴക്ക ങ്ങളും അട്ടിമറിച്ചു കൊണ്ട്, ആദ്യ മോദി സർക്കാരിന്റെ കാലത്ത് ഇത് ആരംഭിച്ചു. അക്കാലത്ത് ആകെ ബില്ലുകളിൽ വെറും 26% മാണ് പാർല മെന്ററി കമ്മിറ്റികൾക്ക് പരിശോധിക്കാൻ ലഭിച്ചത്. ഇപ്പോഴിതാ 17-ാം ലോക സഭയുടെ ആദ്യ സമ്മേളനം 16 ബില്ലുകളും രാജ്യസഭ ഇതുവരെ 14 ബില്ലു കളും പാസാക്കിയിരിക്കുന്നു. ലോകസഭയിൽ സുപ്രധാനമായ വിവരാവ കാശ നിയമം, മുത്തലാഖ്, യു എ പി എ എന്നിവയുമായി ബന്ധപ്പെട്ട ബില്ലുകളും പാസാക്കി. ഇപ്രകാരം പ്രാധാന്യമുള്ള നിയമങ്ങൾ ബന്ധ പ്പെട്ട കമ്മിറ്റികൾ പരിശോധിക്കുകയും തുറന്ന ചർച്ചകൾക്ക് അവസരം ലഭിക്കുകയും വേണ്ടിയിരുന്നു. പാർലമെന്റിന്റെ കീഴ്‌വഴക്കമെതാണ്. നിർഭാ ഗ്യവശാൽ കീഴ്‌വഴക്കം അട്ടിമറിക്കപ്പെട്ടു. (ആദ്യ മോദി സർക്കാരിനുമു മ്പ്, 15-ാം ലോകസഭയിൽ ആകെ ബില്ലുകളിൽ ഏതാണ്ട് 71% ബില്ലുകൾ പാർലമെന്റ് കമ്മിറ്റി പരിശോധിച്ചു. എന്നാൽ മോദി സർക്കാർ വന്നതു

മുതൽ കാര്യങ്ങൾ താളംതെറ്റി) ജനാധിപത്യം എന്നാൽ, തന്നെ ബാധി ക്കുന്ന ഒരു നിയമനിർമ്മാണം നടക്കുമ്പോൾ ഒരു സാധാരണ പൗരന് പോലും അഭിപ്രായം പറയാനുള്ള അവസരം എന്നുകൂടി അർത്ഥമുണ്ട്. എന്നാൽ പാർലമെന്റ് സമിതികളുടെ അവസരം പോലും ഇല്ലാതാവുന്നു.

നമ്മുടെ ഭരണഘടന കേന്ദ്രത്തിന്റെയും സംസ്ഥാനങ്ങളുടെയും അധികാരങ്ങളെ അംഗീകരിക്കുന്നു. എൻ ഐ എ, യു എ പി എ നിയമ ഭേദഗതികളിലൂടെ സംസ്ഥാന അധികാരങ്ങളെ നോക്കുകുത്തിയാക്കാ നാണ് നീക്കം. സർക്കാരിനെ വിമർശിക്കുന്നവരെ എങ്ങനെയൊക്കെ നേരി ടുമെന്നും കാണാം. ഇതെല്ലാം ഭീകരതയെ നേരിടാനാണ് എങ്കിൽ ഒന്ന് ചോദിച്ചോട്ടെ. മുസഫർ നഗറിൽ നടന്ന കലാപത്തിലൂടെ അനേകം ജീവ നുകളപഹരിച്ച സംഘപരിവാർ ഭീകരവാദികൾക്ക് എന്ത് ശിക്ഷ നല്കി? മാലേഗാവ്, മക്ക മസ്ജിദ്, സംഝോത സ്ഫോടനങ്ങൾ നടത്തിയ സംഘ പരിവാർ തീവ്രവാദികൾക്ക് എന്ത് ശിക്ഷ ലഭിച്ചു? ഗുജറാത്തിൽ വ്യാജ ഏറ്റുമുട്ടൽ സംഘടിപ്പിച്ച് നിരായുധരെ കൊന്നു തള്ളിയ രാജ്യദ്രോഹി കൾക്ക് എന്തു ശിക്ഷ ലഭിച്ചു? മേല്പറഞ്ഞ സംഭവങ്ങളിൽ ഗൂഢാലോ ചന നടത്തിയ ആരാണ് ജയിലിലടയ്ക്കപ്പെട്ടത്? ഏത് സ്ഫോടനവും ഉഗ്രശേഷിയോടെയാണ് പുറത്തേക്ക് വരുന്നത്. അത് ആർക്കാണ് അറി യാത്തത്. ആർ എസ് എസ് നടത്തുന്നത് ഭീകരതയല്ലെന്നും 'രാഷ്ട്രസേ വന'മാണെന്നും പറയാതെ പറയുന്ന കേന്ദ്രസർക്കാർ, ദുർബ്ബല വിഭാഗ ങ്ങളെയും വിമർശകരെയും ജയിലിലടയ്ക്കാൻ പുതിയ നിയമങ്ങൾ തയ്യാ റാക്കുകയാണ്. ഇന്ത്യൻ ഫെഡറലിസത്തെയും അതിന്റെ മൂല്യങ്ങളെയും ബഹുമാനിക്കുന്നതാവണം ഓരോ നിയമനിർമ്മാണവും എന്ന കാര്യം അവർ മറക്കുകയാണ്.

രണ്ട്

കേന്ദ്രസർക്കാർ യാതൊരു കൂടിയാലോചനയും ഇല്ലാതെ ജമ്മുകാ ശ്മീരിനെ വെട്ടിമുറിച്ചു. രണ്ട് കേന്ദ്രഭരണ പ്രദേശങ്ങളായി അതിനെമാറ്റി. ലഡാക്കും ജമ്മുകാശ്മീരും. ഒരു സംസ്ഥാനത്തെ എങ്ങനെയാണ് കേന്ദ്ര ഭരണ പ്രദേശമാക്കി മാറ്റുക? തിരഞ്ഞെടുക്കപ്പെട്ട നിയമസഭയുടെ അഭി പ്രായം ആരായാതെ ഇപ്രകാരമുള്ള വിഭജനം സാമാന്യനീതിക്ക് നിര ക്കുന്നതല്ല. നിലവിലുണ്ടായിരുന്ന നിയമസഭയെ പിരിച്ചുവിടുകയും സഭ യുടെ അധികാരം രാഷ്ട്രപതിയിൽ നിക്ഷിപ്തമാക്കി, രാഷ്ട്രപതിയെ ക്കൊണ്ട് ഉത്തരവിറക്കിച്ചാണ് ഇപ്രകാരമൊരു വിഭജനം നടത്തിയത്. എത്ര പരസ്യമായാണ് ഫെഡറൽ തത്ത്വങ്ങൾ ബലികഴിക്കപ്പെട്ടത്. ഇന്ത്യയിലെ ഏതു സംസ്ഥാനത്തെയും ഇപ്രകാരം രാഷ്ട്രപതിയുടെ അധികാരവും കേന്ദ്രത്തിന്റെ തീരുമാനവുമനുസരിച്ച് – (ആ സംസ്ഥാനങ്ങളോട് ഒരു വാക്ക് ചോദിക്കാതെ) വെട്ടിമുറിക്കാൻ തുടങ്ങിയാൽ രാജ്യം എവിടെ യെത്തുമെന്ന് ആലോചിച്ച് നോക്കൂ.

ജമ്മു കാശ്മീരിനെ സംബന്ധിച്ച ഇന്ത്യൻ ഭരണഘടനാ വകുപ്പുക ളായ 370, 35 എ എന്നിവ കേന്ദ്ര സർക്കാർ റദ്ദ് ചെയ്തത് ജനാധിപത്യവി രുദ്ധമായ നടപടിയാണ്. കാശ്മീരിന്റെ പ്രത്യേക പദവി ഇല്ലാതായി. കാശ് മീരിലെ രാഷ്ട്രീയ നേതാക്കളെ വീട്ടുതടങ്കലിലാക്കി. കാശ്മീരിന്റെ ചരി ത്രത്തെ പരിഗണിക്കാത്തതും അപകവുമായ തീരുമാനമാണ്.

ഇന്ത്യയുടെ സ്വാതന്ത്ര്യലബ്ധിയും അക്കാലത്തെ നാട്ടുരാജ്യങ്ങളുടെ സംയോജനവുമായി ബന്ധപ്പെട്ട അനുഭവങ്ങളും ഓർമ്മിക്കേണ്ടതാണ്. ഹൈദ്രാബാദ്, കാശ്മീർ ഉൾപ്പെടെ ചില നാട്ടുരാജ്യങ്ങളിലെ ഭരണാധി കാരികൾ ഇന്ത്യൻ യൂണിയനിൽ യോജിക്കാതെ സ്വതന്ത്രമായി നിലനി ല്ക്കാൻ തീരുമാനിക്കുന്നു. കാശ്മീരിലെ രാജാവ് ഹരിസിങ് ഈ നില പാടാണ് സ്വീകരിച്ചത്. രാജാവിന്റെ സ്വേച്ഛാപരമായ നിരവധി ഭരണ നട പടികൾക്കെതിരെ പ്രതിഷേധം ശക്തിപ്പെട്ടു. ജനനേതാവായ ഷേക് അബ്ദുള്ളയുടെ നേതൃത്വത്തിൽ ശക്തമായ ജനകീയ സമരം വളർന്നു വന്നു. മുസ്ലീങ്ങളും ഹിന്ദുക്കളും സിഖുകാരും ഉൾപ്പെടെ സമരമുന്നണി യിൽ അണിചേർന്നു. അതിനിടയിൽ കാശ്മീരിനെ പിടിച്ചെടുക്കാൻ പാകി സ്ഥാൻ സൈന്യത്തിന്റെ പിന്തുണയോടെ നീക്കമുണ്ടായി. അതിർത്തി യിലേക്ക് അക്രമികൾ അതിക്രമിച്ചു കയറി. എന്നാൽ ഈ ശക്തികൾക്കെ തിരെ ജനകീയ സമരഭടന്മാർ പ്രതിരോധമുയർത്തി. ഷേക് അബ്ദുള്ള യുൾപ്പെടെയുള്ളവർ ജവഹർലാൽ നെഹ്റുവിനോട് കാര്യങ്ങൾ വിശദീ കരിച്ചു. ഇന്ത്യയുടെ സഹായം ആവശ്യമാണെന്ന് പറഞ്ഞു. ഇന്ത്യയോട് ചേരാതെ തന്നിഷ്ടപ്രകാരം സ്വതന്ത്രരാജ്യമായി കാശ്മീരിനെ മാറ്റാൻ ആദ്യം തീരുമാനിച്ച, ഹരി സിങ്ങിനും ഒടുവിൽ ഇന്ത്യയുടെ സഹായം തേടേണ്ടിവന്നു. ഇന്ത്യയുടെ സൈനിക നീക്കവും ജനങ്ങളുടെ സമരവും നുഴഞ്ഞുകയറ്റക്കാരെ പരാജയപ്പെടുത്തി.

മുസ്ലീം ഭൂരിപക്ഷ രാജ്യമായ പാകിസ്ഥാൻ ലയിക്കാനല്ല, മതനിര പേക്ഷ രാഷ്ട്രമായ ഇന്ത്യയോട് ചേരാനാണ് കാശ്മീർ തീരുമാനിച്ചത്. അതിനുകാരണം കാശ്മീരിന്റെ സ്വത്വവും സാംസ്കാരിക മൂല്യങ്ങളും പ്രത്യേകതകളും സംരക്ഷിക്കാൻ ഇന്ത്യക്ക് മാത്രമേ സാധിക്കൂ എന്നതി നാലാണ്. കാശ്മീരിന്റെ പ്രത്യേക പദവി ഭരണഘടനയിൽ എടുത്തു പറ ഞ്ഞു. കാശ്മീരികളുടെ സ്വത്വം സംരക്ഷിക്കുമെന്ന് ഉറപ്പു നല്കി. എന്നാൽ പില്ക്കാലത്ത് ഉറപ്പുകളിൽ പലതിലും വെള്ളം ചേർക്കപ്പെട്ടു. തങ്ങളുടെ അസ്തിത്വം ഇല്ലാതാകുമോ എന്ന ഭയം കാശ്മീരിനെ അസ്വസ്ഥപ്പെടുത്തി. 1980 കൾക്കുശേഷം കേന്ദ്രസർക്കാരുകളുടെ അമിതമായ കൈകടത്തലും സ്വയംഭരണത്തിനുമേൽ പതിച്ച ആഘാതങ്ങളും കാശ്മീർ ജനതയെ അര ക്ഷിതരാക്കി. തിരഞ്ഞെടുപ്പുകളിൽ വരെ കൃത്രിമത്വമുണ്ടായി. അതിർത്തി ക്കപ്പുറമുള്ള തീവ്രവാദ ഗ്രൂപ്പുകൾ ഈ സാഹചര്യത്തെ ഉപയോഗപ്പെടു ത്താൻ ശ്രമിച്ചു. കാശ്മീരിൽ ഏറ്റുമുട്ടലുകൾ പതിവായി. കേന്ദ്രത്തിലെ ബി ജെ പി സർക്കാരിന്റെ (2004–2019) കാലത്ത് നിരവധി പ്രശ്നങ്ങൾ ഉടലെടുത്തു.

സംസ്ഥാനത്തെ ബി ജെ പി – മെഹബൂബ മുഫ്തി കൂട്ടുകെട്ട് ഭരണം തമ്മിലടിച്ചു പിരിഞ്ഞു. നിയമസഭ തിരഞ്ഞെടുപ്പ് നടത്താതെ അനിശ്ചി തമായി രാഷ്ട്രപതി ഭരണം. എല്ലാ വിഭാഗവുമായി ചർച്ച ചെയ്ത് പ്രശ്ന ങ്ങൾ പരിഹരിക്കാനല്ല കേന്ദ്ര സർക്കാർ ശ്രമിച്ചത്. നിരപരാധികൾ വരെ വേട്ടയാടപ്പെട്ടു. ഒടുവിൽ കാശ്മീരിനെ വെട്ടിമുറിച്ചു. ഭരണഘടനാ വകു പ്പുകൾ റദ്ദാക്കുമ്പോൾ ഉണ്ടാവുന്ന പ്രത്യാഘാതം വളരെ വലുതാണ്. അതൊന്നും പരിഗണിക്കാതെ കാശ്മീരിൽ ഇടപെടുന്നത് ജനാധിപത്യ പരമല്ല. കാശ്മീരികളുടെ രാജ്യസ്നേഹത്തെ ചോദ്യം ചെയ്യുന്ന സംഘ പരിവാറിന്റെ മുഖം ഏവരും മനസ്സിലാക്കി.

മൂന്ന്

ജമ്മുകാശ്മീർ ഇന്ത്യയോടൊപ്പം ചേരാൻ തീരുമാനിച്ചതിന് പിന്നിൽ ആ നാട്ടിലെ നല്ലവരായ ജനങ്ങളുടെ ഇച്ഛാശക്തിയുണ്ട്. മുസ്ലീമും ഹിന്ദുവും സിഖുകാരും ഉൾപ്പെടെയുള്ള കാശ്മീരി ജനത കാശ്മീരിനെ പിടിച്ചടക്കാനുള്ള പാകിസ്ഥാന്റെ പ്രലോഭനങ്ങൾക്കും ആക്രമണത്തിനും എതിരെ ശക്തമായ പോരാട്ടമാണ് അന്ന് നടത്തിയത്. ധീരമായ ചെറു ത്തുനിൽപ്പ്. ഈ പോരാട്ടത്തിൽ സംഘികളുടെ പ്രിയങ്കരനായ അന്നത്തെ കാശ്മീർ രാജാവിന്റെ പങ്ക് എന്താണ്? സ്വതന്ത്ര നാട്ടുരാജ്യമായ കാശ്മീ രിനെ തന്റെ കൈപ്പിടിയിലൊരുക്കാനാണ് ഹരിസിങ് ശ്രമിച്ചത്. ആർ എസ് എസിന്റെ അവിടുത്തെ ഘടകമായ ജമ്മുകാശ്മീർ പ്രജാ പരിഷത്ത് രാജാ വിനൊപ്പം നിലയുറപ്പിച്ചു – 'കാശ്മീരിന്റെ ഭാവി കാശ്മീരി ജനത നിശ്ച യിക്കും' എന്ന കൃത്യമായ നിലപാടാണ് ഗാന്ധിജിയും നെഹ്റുവുമടക്ക മുള്ളവർ സ്വീകരിച്ചത്. കാശ്മീർ ജനത തങ്ങളുടെ ഭാവി നിശ്ചയിച്ചു, ഇന്ത്യൻ യൂണിയനോടുള്ള കൂറുപ്രഖ്യാപിച്ചു.

കാശ്മീരിന്റെ സ്വയംഭരണ പദവിയും കാശ്മീരി സ്വത്വവും അംഗീ കരിച്ചു കൊണ്ടാണ് ഇന്ത്യ കാശ്മീരിനെ സ്വന്തം ഹൃദയത്തിലേക്ക് സ്വീക രിച്ചത്. കാശ്മീരിലെ ഭൂരിപക്ഷ വിഭാഗം മുസ്ലീങ്ങളാണ്. ഇന്ത്യ–പാക് വിഭജനം നടന്നു കഴിഞ്ഞപ്പോൾ പാകിസ്ഥാൻ പല വാഗ്ദാനങ്ങളും ചൊരിഞ്ഞ് കാശ്മീരിനെ സ്വന്തമാക്കാൻ ആഗ്രഹിച്ചു. അതിർത്തിയിലെ അക്രമം അതിനു ശേഷമായിരുന്നു. അതിനെയെല്ലാം അതിജീവിച്ച ജന തയാണ് കാശ്മീരികൾ. വൈവിധ്യങ്ങളെയും മതനിരപേക്ഷ മൂല്യങ്ങ ളെയും ഉപദേശീയതകളെയും ഉൾക്കൊള്ളാൻ ഇന്ത്യക്ക് മാത്രമേ സാധിക്കൂ എന്ന് കാശ്മീരി ജനതയ്ക്കറിയാമായിരുന്നു. കാശ്മീരിലെ പ്രശ്നങ്ങൾക്ക് സമാധാനപരമായ പരിഹാരമുണ്ടാക്കാനാണ് ശ്രദ്ധിക്കേ ണ്ടത്.

വിഭജനാനന്തരം 555 നാട്ടുരാജ്യങ്ങളാണ് ഇന്ത്യയിൽ ഉണ്ടായിരുന്നത്. സ്വാതന്ത്ര്യം ലഭിക്കുമ്പോൾ ഓരോ നാട്ടുരാജ്യത്തിനും എന്ത് തീരുമാ നവുമെടുക്കാനുമുള്ള അധികാരം നല്കിയിരുന്നു. മൗണ്ട് ബാറ്റൺ

പദ്ധതിയിലൂടെ ഇതാണ് നടപ്പിലാക്കിയത്. ഒന്നുകിൽ ഇന്ത്യയോട് ചേരാം. അല്ലെങ്കിൽ പാകിസ്ഥാനിൽ ലയിക്കാം. അതല്ലെങ്കിൽ സ്വതന്ത്രമായി നില നില്ക്കാം. 1947 ഒക്ടോബറിൽ കാശ്മീർ മഹാരാജാവ് ഹരിസിങ് മൗണ്ട്ബാറ്റണ് കത്തെഴുതിയതും സ്വതന്ത്ര നാട്ടുരാജ്യമായി നിലനില്ക്കാ നുള്ള ആഗ്രഹം പ്രകടിപ്പിച്ചുതന്നെ. ആർ എസ് എസ് ഘടകമായ ജമ്മു പ്രജാ പരിഷത്ത് രാജാവിനൊപ്പമാണ് നിന്നത്. സ്വാതന്ത്ര്യ പ്രാപ്തിയുടെ കാലത്ത് കാശ്മീരിന്റെ അടുത്തുള്ള പഞ്ചാബിൽ ഉൾപ്പെടെ ലഹളകൾ നടന്നു. എന്നാൽ കാശ്മീരിൽ വർഗ്ഗീയ കലാപങ്ങളുണ്ടായില്ല. പാക് അതിർത്തികളിൽ നിന്നുവന്ന അതിക്രമത്തെ ജനങ്ങൾ ഒറ്റക്കെട്ടായി എതിർത്തു. അധിനിവേശത്തിനെതിരെ ജനകീയ സമരമാണ് ഉയർന്നു വന്നത്. തുടർന്നാണ് കാശ്മീരിന്റെ സുരക്ഷയ്ക്കായി ഷേഖ് അബ്ദുള്ള ഉൾപ്പെടെയുള്ളവർ ഇന്ത്യയുടെ സഹായം അഭ്യർത്ഥിച്ചത്. പാക് നുഴഞ്ഞുകയറ്റക്കാരെ പരാജയപ്പെടുത്തിയതിനുശേഷം പുതിയ ജനകീയ സർക്കാർ അധികാരത്തിൽ വന്നു. ഷേക് അബ്ദുള്ളയായിരുന്നു സർക്കാ രിന്റെ തലവൻ. സമൂലമായ സാമൂഹ്യ-ഭരണ പരിഷ്കരണങ്ങൾ സർക്കാർ നടപ്പാക്കി. കുടിയാന്മാർക്ക് ഭൂമിവിതരണം ചെയ്തു. ഭൂപ്രഭുത്വം അവ സാനിപ്പിക്കാനുള്ള നടപടിയെടുത്തു. പൊതുഗതാഗതം മെച്ചപ്പെടുത്തു കയും ഇറക്കുമതി കയറ്റുമതിനയം വിപുലമാക്കുകയും ചെയ്തു. കോൺസ്റ്റിറ്റ്യുവന്റ് അസംബ്ലി സ്ഥാപിച്ചു. രാജാവിന്റെ ഭരണം അവസാ നിപ്പിച്ചു. ഭൂനയം നടപ്പാക്കി. കർഷകർക്ക് കൃഷിഭൂമി നല്കി. എന്നാൽ ജമ്മുപ്രജാപരിഷത്ത് ഈ ഘട്ടത്തിലും പിന്തിരിപ്പൻ നയമാണ് സ്വീകരി ച്ചത്. നഷ്ടപരിഹാരം നല്കാതെ ഭൂവുടമകളുടെ ഭൂമി എടുക്കാൻ പാടില്ല എന്ന ആവശ്യവും രാജാഹരിസിങ്ങിനെ അധികാരത്തിൽ കൊണ്ടുവരാ നുമാണ് പ്രജാപരിഷത്ത് ആഗ്രഹിച്ചത്. ജമ്മുവിനെ കാശ്മീരിൽനിന്ന് വിഭജിക്കണമെന്ന് അവർ ആവശ്യപ്പെട്ടു. മതപരമായ വിഭജനമായിരുന്നു ലക്ഷ്യം. കാശ്മീർ വിഷയത്തിൽ ആർ എസ് എസും ജനസംഘവും ഹിന്ദു മഹാസഭയും പിന്തിരിപ്പൻ നിലപാട് സ്വീകരിച്ചു. ഈ വിഷയത്തെ വർഗ്ഗീയ പ്രശ്നമാക്കി മാറ്റി. ജമ്മുവിലും രാജ്യത്തെമ്പാടും അവർ ഈ സമീപനം സ്വീകരിച്ചു. ജമ്മുവിൽ മുസ്ലീം വർഗ്ഗീയത വളരാൻ ഇത് പ്രേരകമായി.

1952 ലാണ് ഡൽഹി കരാർ വരുന്നത്. കാശ്മീരിനെ സംബന്ധിച്ച് വിദേശകാര്യം, പ്രതിരോധം, വാർത്താവിനിമയം എന്നിവയുടെ കാര്യ ത്തിൽ ഇന്ത്യാ സർക്കാരിനായിരിക്കും അധികാരം. ഈ വിഷയങ്ങളിലൊ ഴികെ മറ്റുകാര്യങ്ങളിൽ കാശ്മീർ സർക്കാരിനായിരിക്കും അവകാശം. എന്നാൽ 1957 ലെ ജമ്മുകാശ്മീർ ഭരണഘടനാ ഭേദഗതിയിലൂടെ മന്ത്രി സഭയുടെ അധികാരങ്ങൾ പുനഃനിശ്ചയിച്ചു. മൂന്ന് വിഷയങ്ങൾക്ക് പുറമേ കേന്ദ്രലിസ്റ്റിൽപ്പെട്ട കാര്യങ്ങളും നടപ്പാക്കി. 1958 ൽ അഖിലേന്ത്യാ സർവ്വീ സുകൾ കാശ്മീരിന് ബാധകമാക്കി. 1965 ൽ കാശ്മീരിലെ ഭരണസ്ഥാപ നങ്ങൾക്ക് സവിശേഷ പേരുകൾ നല്കിയിരുന്നത് എടുത്തുകളഞ്ഞു. 1975 ൽ ഇന്ത്യയുടെ ഘടക സംസ്ഥാനം എന്ന നിലയിൽ രാജ്യത്തിന്റെ അതി

രുകളെ സുരക്ഷിതമാക്കാൻ എന്ത് നിയമവും നിർമ്മിക്കണമെന്ന് തീരു മാനിച്ചു. ഗവർണറായി വന്ന ജഗ്മോഹൻ നിയമിതനായ ശേഷം നിര വധി സംഘർഷങ്ങൾ ഉണ്ടായി. കാശ്മീരിൽ വ്യാപകമായ അറസ്റ്റും പൗര ന്മാർ പീഡിപ്പിക്കപ്പെടുന്ന സ്ഥിതിയുമുണ്ടായി.

തിരഞ്ഞെടുപ്പുകളിൽ കൃത്രിമത്വം നടന്നതായും ജനാധിപത്യം ദുർബ്ബ ലപ്പെടുന്നുവെന്ന ഭീതിയും വർദ്ധിച്ചു. ഈ പശ്ചാത്തലത്തിലാണ് തീവ്ര ആശയഗതിക്കാർക്ക് കാശ്മീരിൽ സ്വാധീനമുണ്ടായത്. സുരക്ഷാ സേന കളുമായി ജനങ്ങൾ ഏറ്റുമുട്ടി. അതിർത്തി കടന്നുള്ള തീവ്രവാദം ഉണ്ടായി. കേന്ദ്ര സർക്കാർ കൈക്കൊണ്ട പലതീരുമാനങ്ങളും കാശ്മീർ ജനതയെ അസ്വസ്ഥമാക്കി. ഏതാണ്ട് രണ്ട് പതിറ്റാണ്ടായി പ്രശ്നങ്ങൾ തുടരുന്നുണ്ട്. 2014 ൽ മോദി സർക്കാർ അധികാരത്തിൽ വന്നശേഷം സംഘർഷങ്ങൾ വർദ്ധിച്ചു. കാശ്മീരിൽ പട്ടാളവും ജനങ്ങളും തമ്മിൽ ഏറ്റുമുട്ടൽ പതി വായി. പ്രശ്നങ്ങൾ സമാധാനപരമായി കൈകാര്യം ചെയ്യണമന്ന ആവശ്യം കേന്ദ്ര സർക്കാർ നിരസിച്ചു. ഏറ്റവും കൂടുതൽ സൈനികരും സിവിലിയന്മാരും കൊല്ലപ്പെട്ട കാലഘട്ടമാണ് 2014 – 2019. എല്ലാ ശക്തി കളുമായും ചർച്ച നടത്തി പ്രശ്നങ്ങൾക്ക് പരിഹാരം കാണാൻ കേന്ദ്ര സർക്കാർ താല്പര്യമെടുത്തില്ല. എരിതീയിൽ എണ്ണയൊഴിക്കുന്ന നയ മാണ് ഏറ്റവുമൊടുവിൽ ബി ജെ പി സ്വീകരിച്ചത്.

ഇന്ത്യയിലെ പത്തോളം സംസ്ഥാനങ്ങൾക്ക് സവിശേഷമായ പദ വിയും പരാമർശവും ഭരണഘടനയിലുണ്ട്. എന്നാൽ കാശ്മീരിന്റെ പ്രത്യേക പദവിമാത്രം റദ്ദ് ചെയ്തതിലൂടെ കാശ്മീരി ജനതയെ അന്യവ ല്ക്കരിക്കാനാണ് ഇടയാക്കുക. ഇതിനെതിരെ നിയമ പോരാട്ടം നടത്തണം. ജനകീയ സമരങ്ങൾ വളർത്തുകയും വേണം. ഏകപക്ഷീയമായി സംസ്ഥാ നങ്ങളെ വിഭജിക്കുകയും മതപരമായ അസഹിഷ്ണുത പ്രകടിപ്പിക്കു കയും ചെയ്യുന്നത് ജനാധിപത്യത്തിന് ഭൂഷണമല്ല.

പൗരത്വം രാഷ്ട്ര സ്വഭാവത്തിന്റെയും ഘടനയുടെയും അടിത്തറ

പിണറായി വിജയൻ

പൗരത്വ ഭേദഗതി നിയമം 2019 രാജ്യത്തെമ്പാടും വലിയ പ്രക്ഷോ ഭത്തിന് തിരികൊളുത്തിയിരിക്കുകയാണ്. സർവ്വകലാശാല വിദ്യാർ ത്ഥികളും തൊഴിലാളികളും ജീവനക്കാരും പൊതുപ്രവർത്തകരും തുടങ്ങി സമൂഹത്തിന്റെ നാനാ മേഖലകളിൽപ്പെട്ടവരും ശക്തമായ പ്രതിഷേധ മുയർത്തി മുന്നോട്ടു വന്നിരിക്കുകയാണ്.

മത വിവേചനത്തിന്റെ രീതിയിലുള്ള ഈ ഭേദഗതി അന്താരാഷ്ട്രാ സമൂഹത്തിൽതന്നെ നമ്മുടെ നാടിനെക്കുറിച്ച് തെറ്റായ ചിത്രം സൃഷ്ടി ച്ചിരിക്കുകയാണ്. ലോകത്തെമ്പാടും പ്രവാസികളായി ജീവിക്കുന്ന മല യാളി സമൂഹത്തിനിടയിലും പൗരത്വ ഭേദഗതി നിയമം ആശങ്കകൾ രൂപ പ്പെടുത്തിയിരിക്കുന്നു. ഈ അന്തരീക്ഷത്തിൽ നിന്നുകൊണ്ടാണ് കേരള നിയമസഭ പൗരത്വ ഭേദഗതി നിയമത്തെക്കുറിച്ചുള്ള ഈ പ്രമേയം ചർച്ച ക്കെടുക്കുന്നത്.

രാജ്യത്തിന്റെ സവിശേഷതകളായി നാം അഭിമാനിക്കാറുള്ള ഘടകങ്ങളാണ് മതനിരപേക്ഷതയും അതിന്റെ ഭാഗമെന്നോണം നിലകൊള്ളുന്ന നാനാത്വത്തിൽ ഏകത്വമെന്ന കാഴ്ചപ്പാടും.

ഇന്ത്യയെപ്പോലെ ഇത്രയേറെ വൈവിധ്യമാർന്ന ഭൂമിശാസ്ത്രവും ഭാഷകളും സംസ്കാരങ്ങളും മതവിഭാഗങ്ങളും എല്ലാം ഉണ്ടായിരുന്നിട്ടും ഒരു രാഷ്ട്രം എന്ന നിലയിൽ നമുക്ക് നിലനില്ക്കാൻ കഴിഞ്ഞത് മേല്പ റഞ്ഞ രണ്ട് കാഴ്ചപ്പാടുകളെ മുന്നോട്ടുവെച്ചുകൊണ്ട് പ്രവർത്തിക്കുന്നു എന്നതിനാലാണ്.

മതനിരപേക്ഷതയ്ക്കും വൈവിധ്യങ്ങളെ അംഗീകരിക്കുന്ന രീതിക്കും പോറൽ ഏല്ക്കുമ്പോൾ അത് രാജ്യത്തിന്റെ നിലനില്പിനെ തന്നെ ദുർബ്ബലപ്പെടുത്തുന്ന സ്ഥിതിയുണ്ടാകും എന്നത് നാം ഓർക്കണം.

അതുകൊണ്ടുതന്നെ മേൽപ്പറഞ്ഞ മൂല്യങ്ങളെ കണക്കിലെടുക്കാതെ രൂപീകരിക്കുന്ന ഏതു നിയമനിർമ്മാണവും വലിയ പ്രത്യാഘാതങ്ങൾ രാജ്യത്ത് സൃഷ്ടിക്കും.

നമ്മുടെ ഭരണഘടന വിഭാവനം ചെയ്യുന്ന മതനിരപേക്ഷത രൂപപ്പെട്ടുവന്നത് നൂറ്റാണ്ടുകളായി ഇവിടെ വളർന്നുവന്ന സാമൂഹ്യരാഷ്ട്രീയ മുന്നേറ്റങ്ങളുടെ പശ്ചാത്തലത്തിലാണ്. നാം ഇന്നുകാണുന്ന ഇന്ത്യൻ ജനതയുടെ സംസ്കാരം രൂപപ്പെട്ടുവന്നത് ഏറെ നൂറ്റാണ്ടുകൾ നീണ്ടുനിന്ന പ്രക്രിയയിലൂടെയാണ്. നമ്മുടെ രാജ്യത്തെ സംബന്ധിച്ച അവ്യക്തമായ ധാരണകളേ നൂറ്റാണ്ടുകൾക്കു മുമ്പ് ഇവിടെ ഉണ്ടായിരുന്നുള്ളൂ. പിന്നീട് ചരിത്രത്തിന്റെ വികാസത്തിന് അനുസരിച്ച് ആധുനിക ഇന്ത്യ രൂപപ്പെട്ടുവരികയായിരുന്നു.

ആധുനിക ഇന്ത്യയുടെ രൂപീകരണം ഉണ്ടാകുന്നത് ദേശീയ സ്വാതന്ത്ര്യപ്രസ്ഥാനത്തിന്റെ അടിത്തറയിലാണ്. നമ്മുടെ സ്വാതന്ത്ര്യപ്രസ്ഥാനത്തിന് ഏറെ സവിശേഷതകൾ ഉണ്ട്. വൈവിധ്യമാർന്ന നിരവധി ധാരകളുടെ മഹാപ്രവാഹമായിരുന്നു അത്. ആദിവാസികളിലും കർഷകരിലും നിന്ന് ആരംഭിച്ച പ്രക്ഷോഭങ്ങൾ അക്കാലത്ത് ഉയർന്നുവന്ന ആധുനിക മൂല്യങ്ങളെക്കൂടി സ്വാംശീകരിച്ച് വളർന്നു വരികയായിരുന്നു.

ജനാധിപത്യവും മതേതരത്വവും സോഷ്യലിസവും സാമൂഹ്യ നീതിയും ഒക്കെ അതിന്റെ ഭാഗമായി ഉയർന്നുവന്നു. അത് ജനതയുടെ കാഴ്ചപ്പാടും വികാരവുമായി രൂപപ്പെടുകയും ചെയ്തു. ബ്രിട്ടീഷുകാർ മുന്നോട്ടുവച്ച ശിഥിലീകരണ പ്രവണതകളെയെല്ലാം അതിജീവിച്ച് ഇന്ത്യ സ്വാതന്ത്ര്യം പ്രാപിക്കുകയായിരുന്നു.

ഭരണഘടനാ നിർമ്മാണത്തിനായി രൂപീകരിച്ച കോൺസ്റ്റിറ്റ്യൂഷൺ അസംബ്ലിയിലെ ചർച്ചകളിലൂടെ സ്വാതന്ത്ര്യസമരത്തിലെ മൂല്യങ്ങൾ സ്വാംശീകരിച്ചുകൊണ്ട് ഭരണഘടനയും രൂപപ്പെട്ടു. അങ്ങനെ മതനിരപേക്ഷതയിലും സാമൂഹ്യനീതിയിലും സമത്വത്തിലും ഊന്നിനിന്നു കൊണ്ടുള്ള നാനാത്വത്തിൽ ഏകത്വം എന്ന കാഴ്ചപ്പാടും എല്ലാം ഇതിൽ ഉൾച്ചേരുകയായിരുന്നു. അതിന്റെ കരുത്തിലാണ് ഇന്ത്യ എന്ന രാജ്യം ഒരു വികാരമായി നമ്മുടെ മനസ്സിൽ സ്ഥാനം പിടിച്ചത്. ഈ കാഴ്ചപ്പാടാണ് ലോകം മുഴുവൻ ബഹുമാനിക്കുന്ന രാജ്യമായി നമ്മുടെ നാടിനെ ഉയർത്തിയത്.

ഒരു രാഷ്ട്രം എങ്ങനെയാണ് എന്നത് നിർണ്ണയിക്കുന്നത് അതിന്റെ പൗരത്വത്തിന്റെ അടിസ്ഥാനത്തിലാണ്. അതുകൊണ്ടു ഏതു തരം ജന വിഭാഗങ്ങളെ രാഷ്ട്രം ഉൾക്കൊള്ളുന്നു എന്നതാണ് അതിന്റെ സ്വഭാവ സവിശേഷതകളുടെ മർമ്മപ്രധാനമായ ഘടകങ്ങളാണ്. അതുകൊണ്ടു തന്നെ പൗരത്വം എന്നത് രാഷ്ട്രസ്വഭാവത്തിന്റേയും അതിന്റെ ഘടനയുടേയും അടിത്തറയായി തീരുന്നു.

എല്ലാ മതവിഭാഗങ്ങളേയും ഉൾക്കൊള്ളുന്നിടത്താണ് മതേതര രാഷ്ട്രം എന്ന നിലയിലേക്ക് ഒരു രാജ്യം മാറുന്നത്. ഏതെങ്കിലും മത

വിഭാഗങ്ങൾക്ക് നിയന്ത്രണവും ഏതെങ്കിലും വിഭാഗത്തിന് പൗരത്വത്തിന് കൂടുതൽ പരിഗണനയും നല്കുന്നിടത്ത് അതിന്റെ മതേതര ഭാവം നഷ്ടപ്പെടും. അങ്ങനെ നാനാത്വത്തിൽ ഏകത്വമെന്ന നാം ഉയർത്തിപ്പിടിച്ച മൂല്യം നഷ്ടപ്പെട്ടാൽ നമ്മുടെ രാഷ്ട്രത്തിന്റെ ശൈഥില്യത്തിലേക്ക് ആയിരിക്കും അത് നയിക്കുക.

അത് ഒഴിവാക്കപ്പെടണമെങ്കിൽ ഇത്തരം മൂല്യങ്ങളെ മുന്നോട്ടു വയ്ക്കുന്ന നിയമങ്ങളും പരിരക്ഷകളും ഉണ്ടായേ പറ്റൂ. അതുകൊണ്ടാണ് പുതിയ പൗരത്വ നിയമദേഭഗതി പിൻവലിക്കണം എന്ന ആവശ്യം രാജ്യ ത്തിന്റെ പാരമ്പര്യത്തേയും അതിന്റെ വൈവിധ്യങ്ങളേയും അറിയാ വുന്നവർ മുന്നോട്ടുവയ്ക്കുന്നത്. രാജ്യത്തിന്റെ നിലനിൽപിന് അത്യന്താ പേക്ഷിതമാണ് ഭരണഘടന മുന്നോട്ടുവയ്ക്കുന്ന മൂല്യങ്ങളെന്ന് നാം മറക്കരുത്.

പൗരത്വ ഭേദഗതി നിയമം 2019 ൽ ഉൾക്കൊള്ളിച്ചിട്ടുള്ള മതാടിസ്ഥാ നത്തിലുള്ള വിവേചനപരമായ വ്യവസ്ഥകൾക്കെതിരെ ജാതിമതപ്രാദേ ശിക വേർതിരിവുകൾക്കതീതമായി രാജ്യത്തെമ്പാടും ഒരു പൊതുവികാരം ഉയർന്നുവന്നിട്ടുണ്ട്. അത് പ്രക്ഷോഭങ്ങളായി തെരുവുകളിലേക്ക് വ്യാപിച്ചു കഴിഞ്ഞിരിക്കുന്നു. നമ്മുടെ ഭരണഘടനയുടെയും ജനാധിപത്യ വ്യവസ്ഥ യുടെയും അടിസ്ഥാന തത്ത്വങ്ങളെ വെല്ലുവിളിക്കുന്ന ആശയങ്ങളാണ് ഈ ഭേദഗതിയിലൂടെ നിയമ പ്രാബല്യം നേടിയിരിക്കുന്നത് എന്നതാണ് ഈ എതിർപ്പിന്റെ അടിസ്ഥാനം.

മതനിരപേക്ഷത നമ്മുടെ ഭരണഘടനയുടെ അടിസ്ഥാന ഘടന യുടെ ഭാഗമാണ്. ഇതിനെ കേവലം നിയമനിർമ്മാണ സഭകളിലെ ഭൂരിപക്ഷം കൊണ്ടുമാത്രം തകർക്കുവാൻ സാദ്ധ്യമല്ല എന്ന വിഖ്യാതമായ വിധിന്യായങ്ങളിലൂടെ സുപ്രീംകോടതി തന്നെ വ്യക്തമാക്കിയിട്ടുണ്ട്.

ഈ നിയമത്തെ പാർലമെന്റിന്റെ ഇരു സഭകളും പാസാക്കി എന്ന ഒറ്റക്കാരണം കൊണ്ട് എല്ലാവരും ശിരസ്സാവഹിച്ചു കൊള്ളണമെന്ന് കൽപനകൾ പുറപ്പെടുവിക്കുന്നത് നമ്മുടെ ഉയർന്ന ജനാധിപത്യ മൂല്യ ങ്ങൾക്ക് അനുയോജ്യമല്ല. നമ്മൾ നമുക്കായി നല്കിയ ഭരണഘടനയും അതിന്റെ അന്തഃസത്തയുമാണ് പരമ പ്രധാനം. ഇതിലുപരിയായി ഒരു നിയമ നിർമ്മാണത്തിനും സ്ഥാനം നല്കാൻ കഴിയില്ല.

ഭരണഘടനയുടെ അടിസ്ഥാനത്തിലാണ് നിയമസഭയും പാർല മെന്റുമെല്ലാം രൂപീകരിച്ചിട്ടുള്ളത്. ഭരണഘടനാ മൂല്യങ്ങളോട് കൂറ് പുലർ ത്തുമെന്ന പ്രതിജ്ഞയോടെയാണ് നമ്മളെല്ലാം ഈ സഭയിലിരിക്കുന്നത്. ഈ കടമ നിർവ്വഹിക്കുന്നതിൽനിന്നും നാം അണുവിട പോലും പിന്തി രിയില്ല എന്നതിന്റെ ഒരുറച്ച പ്രഖ്യാപനമാണ് ഇന്ന് ഈ പ്രമേയം പരിഗണിക്കാൻ നാമിവിടെ കൂടിയിരിക്കുന്നതിലൂടെ പൊതുസമൂഹത്തിന് നല്കുന്ന സന്ദേശം.

പലവിധ പ്രതിസന്ധികളെയും അതിജീവിച്ച ശക്തി നമ്മുടെ രാജ്യ ത്തിനും അതിന്റെ ജനാധിപത്യ വ്യവസ്ഥയ്ക്കും ഉണ്ട്. നിയമനിർമ്മാണ

സഭകളിലൂടെ, കോടതി വിധി ന്യായങ്ങളിലൂടെ, ജനകീയ പ്രക്ഷോഭങ്ങ
ളിലൂടെ എല്ലാമുള്ള ശക്തമായ ഇടപെടലുകൾ നമ്മുടെ പൗരാവകാശ
സംരക്ഷണത്തിനും സാമൂഹ്യനീതി ഉറപ്പാക്കുന്നതിനും എക്കാലത്തും
താങ്ങും തണലും ആയിരുന്നിട്ടുണ്ട്.

ഇതിന്റെ ഉത്തമ ദൃഷ്ടാന്തമാണ് മതപരമായ വിവേചനം ഉൾപ്പെ
ടുത്തുന്ന വ്യവസ്ഥയുള്ള ഒരു നിയമത്തിനെതിരെ ജാതിമതപ്രാദേശിക
വേർതിരിവുകൾക്കതീതമായി നടക്കുന്ന അഭിപ്രായ രൂപീകരണവും
പ്രതിഷേധവും. ഇവ സമാധാനപരമായി നടക്കുന്നു എന്ന് ഉറപ്പു
വരുത്താനും ഏതെങ്കിലും തരത്തിലുള്ള മതമൗലികവാദങ്ങൾക്ക്
സ്ഥാനമില്ലെന്നും സമരത്തിൽ അണിനിരക്കുന്ന ജനത പ്രഖ്യാപിക്കുന്ന
സ്ഥിതിയും ഉണ്ട്.

എത്ര ഭീകരമായ പ്രത്യാക്രമണങ്ങൾ ഉണ്ടായാലും അണഞ്ഞു
പോകാത്ത വെളിച്ചമാണ് ജനാധിപത്യത്തിന്റെയും മതനിരപേക്ഷതയു
ടെയും സാമൂഹ്യസാമ്പത്തിക നീതിയുടെയും മൂല്യങ്ങളും തത്ത്വങ്ങളും
എന്ന് നാം തെളിയിച്ചുകൊണ്ടിരിക്കുകയാണ്. ഈ പ്രയാണത്തിലെ ഒരു
ചുവടുവെപ്പാണ് കേരളത്തിലെ രാഷ്ട്രീയ അഭിപ്രായ വ്യത്യാസങ്ങൾ മാറ്റി
വെച്ചുകൊണ്ടുള്ള ഒരുമയും ഇവിടെ ഈ സഭ പരിഗണിക്കുന്ന പ്രമേയവും.

കേരളത്തിന് മഹത്തായ ഒരു പാരമ്പര്യം ഉണ്ട്. അത് മതനിരപേക്ഷ
തയുടേതാണ്. അറേബ്യൻ രാജ്യങ്ങളുമായുള്ള നമ്മുടെ ബന്ധത്തിന്
നൂറ്റാണ്ടുകളുടെ പഴക്കമുണ്ട്. ഗ്രീക്കുകാരും, റോമക്കാരും എല്ലാം ഈ
നാട്ടിൽ മുമ്പേ വന്നു പോയവരാണ്. എല്ലാ മതങ്ങളെയും അതിന്റെ
ആരംഭകാലത്ത് തന്നെ നമ്മുടെ നാട് ഉൾക്കൊണ്ടിട്ടുണ്ട്.

ക്രിസ്തുമതവും ഇസ്ലാം മതവും അത് ആരംഭിക്കുന്ന കാലത്തുതന്നെ
കേരളത്തിൽ വന്നിട്ടുണ്ട്. ഇന്ത്യയിലെ തന്നെ ആദ്യകാല ക്രിസ്ത്യൻ
മുസ്ലിം പള്ളികൾ കേരളത്തിൽ ആയിരുന്നു എന്ന കാര്യം നാം വിസ്മരി
ക്കരുത്.

മലബാറിലെ കാർഷികകലാപത്തിന്റെ ചരിത്രത്തെ ഓർക്കാതെ
ബ്രിട്ടീഷ് വിരുദ്ധ കലാപത്തെക്കുറിച്ച് ചിന്തിക്കാനാവില്ല. മുഹമ്മദ് അബ്ദു
റഹിമാൻ സ്വാതന്ത്ര്യസമരത്തിലെ ഒരിതിഹാസം തന്നെയായിരുന്നു.
നവോത്ഥാന പ്രസ്ഥാനവും ദേശീയ പ്രസ്ഥാനവും കർഷക തൊഴിലാളി
പ്രസ്ഥാനങ്ങളും ഉയർത്തിക്കൊണ്ടുവന്ന മതനിരപേക്ഷതയുടെ ജീവിത
സംസ്കാരത്തെ മുന്നോട്ടു കൊണ്ടുപോകാനുള്ള ഉത്തരവാദിത്വമാണ്
നമുക്ക് ഏറ്റെടുക്കാനുള്ളത്.

ആ പാരമ്പര്യത്തിന്റെ അടിസ്ഥാനത്തിലുള്ള നിലപാട് മുന്നോട്ടു
വെക്കാൻ നിയമസഭയ്ക്ക് കഴിയണം. ആ പാരമ്പര്യത്തെ ഏറ്റു പിടിക്കു
കയാണ് ഈ പ്രമേയത്തിലൂടെ കേരള നിയമസഭ ചെയ്യുന്നത്. മത
വിദ്വേഷത്തിന്റെയല്ല, മതവിശ്വാസത്തെ ബഹുമാനിക്കുന്ന നമ്മുടെ പാര
മ്പര്യത്തെ ഉൾക്കൊള്ളുന്നത് കൂടിയാണ് ഈ പ്രമേയം.

പുതിയ പൗരത്വ നിയമത്തിന്റെ പശ്ചാത്തലത്തിൽ ഉടലെടുത്ത ആശ

കകൾ പരിഹരിക്കുക എന്നത് പ്രധാനമാണ്. ജനങ്ങളുടെ തികഞ്ഞ സഹകരണത്തോടെ മുന്നോട്ടുപോകേണ്ട ഒന്നാണ് സെൻസസ് പോലുള്ള പ്രവർത്തനങ്ങൾ. ഇപ്പോൾ കേന്ദ്രസർക്കാർ മുന്നോട്ടുവെക്കുന്ന കാഴ് ചപ്പാടിന്റെ അടിസ്ഥാനത്തിൽ പ്രഖ്യാപിച്ചിട്ടുള്ള രീതിയിൽ അത് തയ്യാ റാക്കുവാൻ ശ്രമിക്കുന്നത് ആശങ്കകളെ വർദ്ധിപ്പിക്കുന്നതിനു മാത്രമേ ഇടയാക്കൂ.

അതുകൊണ്ടാണ് ഇപ്പോൾ പ്രഖ്യാപിച്ച രീതിയിലുള്ള ദേശീയ പൗരത്വ രജിസ്റ്റർ തയ്യാറാക്കലും അതിനുതകുന്ന വിവരങ്ങൾ ശേഖരി ക്കാൻ ഉദ്ദേശിച്ചിട്ടുള്ള ദേശീയ ജനസംഖ്യാ രജിസ്റ്ററും തയ്യാറാക്കുന്നത് നിർത്തിവെക്കാൻ തീരുമാനിച്ചത്. എന്നാൽ, അതേസമയം സാധാരണ പോലെ നടത്തുന്ന സെൻസസ് പ്രവർത്തനങ്ങളുമായി സംസ്ഥാന സർക്കാർ പൂർണ്ണമായും സഹകരിക്കുന്നതാണ്.

ഇപ്പോൾ ഉയർന്നുവന്നിട്ടുള്ള മറ്റൊരു ആശങ്ക പൗരത്വത്തിൽ നിന്ന് പുറത്താക്കപ്പെടുന്നവരെ പാർപ്പിക്കാനുള്ള ഡിറ്റൻഷൻ സെന്ററുകളെ പ്പറ്റിയാണ്. ഇത്തരത്തിലുള്ള ഒരു ഡിറ്റൻഷൻ സെന്ററും കേരളത്തിൽ ഉണ്ടായിരിക്കില്ല. അതിനായുള്ള യാതൊരു നടപടിയും സംസ്ഥാന സർ ക്കാർ സ്വീകരിക്കില്ല.

പൗരത്വഭേദഗതിയുമായി ബന്ധപ്പെട്ട് ഇപ്പോൾ നാം അംഗീകരിക്കുന്ന പ്രമേയം ചരിത്രത്തിന്റെ ഏടുകളിൽ സ്ഥാനം നേടുമെന്നത് ഉറപ്പാണ്. പൗരത്വ നിയമ ഭേദഗതി 2019 റദ്ദ് ചെയ്ത് രാജ്യത്തെ ജനതയെ ഒന്നായി കാണുന്ന ഭരണഘടനാ കാഴ്ചപ്പാട് മുറുകെ പിടിക്കുവാൻ കേന്ദ്ര സർക്കാർ തയ്യാറാകണം.

നമ്മുടെ സംസ്ഥാനത്തിന്റെ മതനിരപേക്ഷാ പാരമ്പര്യം ഒരിക്കൽ ക്കൂടി ഉയർത്തിപ്പിടിക്കുന്നതിന്റെ ഭാഗമായി ഈ പ്രമേയം അംഗീകരിക്ക ണമെന്ന് അഭ്യർത്ഥിക്കുന്നു.

*(നിയമസഭയിൽ പ്രമേയം അവതരിപ്പിച്ചു കൊണ്ട്
മുഖ്യമന്ത്രി പിണറായി വിജയൻ അവതരിപ്പിച്ച പ്രസംഗത്തിൽ നിന്ന്)*

रजिस्ट्री सं॰ डी॰ एल॰—(एन)04/0007/2003—19   REGISTERED NO. DL—(N)04/0007/2003—19

भारत का राजपत्र
The Gazette of India

असाधारण
EXTRAORDINARY
भाग II — खण्ड 1
PART II — Section 1
प्राधिकार से प्रकाशित
PUBLISHED BY AUTHORITY

सं॰ 71]   नई दिल्ली, बृहस्पतिवार, दिसम्बर 12, 2019/ अग्रहायण 21, 1941 (शक)
No. 71] NEW DELHI, THURSDAY, DECEMBER 12, 2019/AGRAHAYANA 21, 1941 (SAKA)

इस भाग में भिन्न पृष्ठ संख्या दी जाती है जिससे कि यह अलग संकलन के रूप में रखा जा सके।
Separate paging is given to this Part in order that it may be filed as a separate compilation.

MINISTRY OF LAW AND JUSTICE
(Legislative Department)

New Delhi, the 12th December, 2019/Agrahayana 21, 1941 (Saka)

The following Act of Parliament received the assent of the President on the 12th December, 2019, and is hereby published for general information:—

THE CITIZENSHIP (AMENDMENT) ACT, 2019

No. 47 OF 2019

[*12th December, 2019.*]

An Act further to amend the Citizenship Act, 1955.

BE it enacted by Parliament in the Seventieth Year of the Republic of India as follows:—

1. (*1*) This Act may be called the Citizenship (Amendment) Act, 2019.

(*2*) It shall come into force on such date as the Central Government may, by notification in the Official Gazette, appoint.

Short title and commencement

Amendment of section 2.

2. In the Citizenship Act, 1955 (hereinafter referred to as the principal Act), in section 2, in sub-section (*1*), in clause (*b*), the following proviso shall be inserted, namely:—   57 of 1955.

"Provided that any person belonging to Hindu, Sikh, Buddhist, Jain, Parsi or Christian community from Afghanistan, Bangladesh or Pakistan, who entered into India on or before the 31st day of December, 2014 and who has been exempted by the Central Government by or under clause (*c*) of sub-section (*2*) of section 3 of the Passport (Entry into India) Act, 1920 or from the application of the provisions of the Foreigners Act, 1946 or any rule or order made thereunder, shall not be treated as illegal migrant for the purposes of this Act;".   34 of 1920. 31 of 1946.

Insertion of new section 6B.

3. After section 6A of the principal Act, the following section shall be inserted, namely:—

Special provisions as to citizenship of person covered by proviso to clause (*b*) of sub-section (*1*) of section 2.

'6B. (*1*) The Central Government or an authority specified by it in this behalf may, subject to such conditions, restrictions and manner as may be prescribed, on an application made in this behalf, grant a certificate of registration or certificate of naturalisation to a person referred to in the proviso to clause (*b*) of sub-section (*1*) of section 2.

(*2*) Subject to fulfilment of the conditions specified in section 5 or the qualifications for naturalisation under the provisions of the Third Schedule, a person granted the certificate of registration or certificate of naturalisation under sub-section (*1*) shall be deemed to be a citizen of India from the date of his entry into India.

(*3*) On and from the date of commencement of the Citizenship (Amendment) Act, 2019, any proceeding pending against a person under this section in respect of illegal migration or citizenship shall stand abated on conferment of citizenship to him:

Provided that such person shall not be disqualified for making application for citizenship under this section on the ground that the proceeding is pending against him and the Central Government or authority specified by it in this behalf shall not reject his application on that ground if he is otherwise found qualified for grant of citizenship under this section:

Provided further that the person who makes the application for citizenship under this section shall not be deprived of his rights and privileges to which he was entitled on the date of receipt of his application on the ground of making such application.

(*4*) Nothing in this section shall apply to tribal area of Assam, Meghalaya, Mizoram or Tripura as included in the Sixth Schedule to the Constitution and the area covered under "The Inner Line" notified under the Bengal Eastern Frontier Regulation, 1873.'.   Reg. 5 of 1873.

Amendment of section 7D.

4. In section 7D of the principal Act,—

(*i*) after clause (*d*), the following clause shall be inserted, namely:—

"(*da*) the Overseas Citizen of India Cardholder has violated any of the provisions of this Act or provisions of any other law for time being in force as may be specified by the Central Government in the notification published in the Official Gazette; or";

(*ii*) after clause (*f*), the following proviso shall be inserted, namely:—

"Provided that no order under this section shall be passed unless the Overseas Citizen of India Cardholder has been given a reasonable opportunity of being heard.".

Amendment of section 18.

5. In section 18 of the principal Act, in sub-section (*2*), after clause (*ee*), the following clause shall be inserted, namely:—

"(*eei*) the conditions, restrictions and manner for granting certificate of registration or certificate of naturalisation under sub-section (*1*) of section 6B;".

6. In the Third Schedule to the principal Act, in clause (*d*), the following proviso shall be inserted, namely:—

     'Provided that for the person belonging to Hindu, Sikh, Buddhist, Jain, Parsi or Christian community in Afghanistan, Bangladesh or Pakistan, the aggregate period of residence or service of Government in India as required under this clause shall be read as "not less than five years" in place of "not less than eleven years".'.

Amendment of Third Schedule

DR. G. NARAYANA RAJU,
Secretary to the Govt. of India.

PART II OF THE CONSTITUTION OF INDIA (ARTICLES 5-11) DEALS WITH THE CITIZENSHIP OF INDIA

Article 5 speaks about the citizenship of India at the commencement of the Constitution (Nov 26, 1949). Article 11 gave powers to the Parliament of India to regulate the right of citizenship by law. This provision resulted in the enactment of Citizenship Act 1955 by the Indian Parliament.

ARTICLE 5 : CITIZENSHIP AT THE COMMENCEMENT OF THE CONSTITUTION

At the commencement of this Constitution, every person who has his domicile in the territory of India and –

(a) who was born in the territory of India; or

(b) either of whose parents was born in the territory of India; or

(c) who has been ordinarily resident in the territory of India for not less than five years immediately preceding such commencement, shall be a citizen of India.

ARTICLE 6: RIGHTS OF CITIZENSHIP OF CERTAIN PERSONS WHO HAVE MIGRATED TO INDIA FROM PAKISTAN

Notwithstanding anything in article 5, a person who has migrated to the territory of India from the territory now included in Pakistan shall be deemed to be a citizen of India at the commencement of this Constitution if –

(a) he or either of his parents or any of his grand-parents was born in India as defined in the Government of India Act, 1935 (as originally enacted); and

(b)(i) in the case where such person has so migrated before the nineteenth day of July, 1948, he has been ordinarily resident in the territory of India since the date of his migration, or

(ii) in the case where such person has so migrated on or after the nineteenth day of July, 1948, he has been registered as a citizen of India by an officer appointed in that behalf by the Government of the Dominion of India on an application made by him therefor to such officer before the commencement of this Constitution in the form and manner prescribed by that Government:

Provided that no person shall be so registered unless he has been resident in the territory of India for at least six months immediately preceding the date of his application.

ARTICLE 7: RIGHTS OF CITIZENSHIP OF CERTAIN MIGRANTS TO PAKISTAN

Notwithstanding anything in articles 5 and 6, a person who has after the first day of March 1947, migrated from the territory of India to the territory now included in Pakistan shall not be deemed to be a citizen of India:

Provided that nothing in this article shall apply to a person who, after having so migrated to the territory now included in Pakistan, has returned to the territory of India under a permit for resettlement or permanent return issued by or under the authority of any law and every such person shall for the purposes of clause (b) of Article 6 be deemed to have migrated to the territory of India after the nineteenth day of July, 1948.

ARTICLE 8: RIGHTS OF CITIZENSHIP OF CERTAIN PERSONS OF INDIAN ORIGIN RESIDING OUTSIDE INDIA

Notwithstanding anything in article 5, any person who or either of whose parents or any of whose grandparents was born in India as defined in the Government of India Act, 1935 (as originally enacted), and who is ordinarily residing in any country outside India as so

defined shall be deemed to be a citizen of India if he has been regis-
tered as a citizen of India by the diplomatic or consular representa-
tive of India in the country where he is for the time being residing on
an application made by him therefor to such diplomatic or consular
representative, whether before or after the commencement of this
Constitution, in the form and manner prescribed by the Government
of the Dominion of India or the Government of India.

ARTICLE 9: PERSONS VOLUNTARILY ACQUIRING CITIZENSHIP OF A FOREIGN STATE NOT TO BE CITIZENS

No person shall be a citizen of India by virtue of article 5 or be
deemed to be a citizen of India by virtue of article 6 or article 8 if he
has voluntarily acquired the citizenship of any foreign State.

ARTICLE 10: CONTINUANCE OF THE RIGHTS OF CITIZENSHIP

Every person who is or is deemed to be a citizen of India under
any of the foregoing provisions of this Part shall, subject to the pro-
visions of any law that may be made by Parliament, continue to be
such citizen.

ARTICLE 11: PARLIAMENT TO REGULATE THE RIGHT OF CITIZENSHIP BY LAW

Nothing in the foregoing provisions of this Part shall derogate
from the power of Parliament to make any provision with respect to
the acquisition and termination of citizenship and all other matters
relating to citizenship.